காமராஜர்
வாழ்வும் அரசியலும்

രാജ്യാഭ്യാസം

വഴിയരികത്തെ വിലാപ്പനം

காமராஜர்

வாழ்வும் அரசியலும்

மு. கோபி சரபோஜி

கிழக்கு

காமராஜர்: வாழ்வும் அரசியலும்
Kamarajar: Vaazhvum Arasiyalum
M. Gopi Saraboji ©

First Edition: December 2014
128 Pages
Printed in India.

ISBN: 978-93-5135-194-8
Title No: Kizhakku - 782

Kizhakku Pathippagam
177/103, First Floor,
Ambal's Building, Lloyds Road,
Royapettah, Chennai 600 014.
Ph: +91-44-4200-9603
Email : support@nhm.in
Website : www.nhm.in

Author's Email : nml.saraboji@gmail.com

Kizhakku Pathippagam is an imprint of New Horizon Media Private Limited.

என்னை மேம்படுத்த
தன்னை எளிமைப்படுத்திக்கொண்ட
என் அப்பாவுக்கும் அம்மாவுக்கும்

1

விருதுநகரில் உதித்த விடிவெள்ளி

*அ*ன்று விநாயகர் சதுர்த்தி தினம். பள்ளியில் மாணவர்களுக்கு பொரி, கடலை, அவல் விநியோகம் செய்யப்பட்டது. பள்ளியின் உள்புறம் மையத்தில் இருந்த கூடத்தில் ஒருவருக்கொருவர் நெட்டி தள்ளிக் கொண்டு பிரசாதத்தை வாங்க வரிசைபிடித்துக் கொண்டிருந்தனர். வாசலில் நின்ற பியூன் ஒவ்வொரு மாணவனாக வெளியே அனுப்பிக் கொண்டிருந்தார். வெளியில் அவல், பொரி, கடலை, பழம் ஆகிய வற்றோடு நின்றிருந்த ஆசிரியர் பிரசாதக் கலவையை மாணவர்களுக்கு இரண்டு கைகளாலும் அள்ளிக் கொடுத்துக் கொண்டிருந்தார். மாண வர்கள் அதை ஒரு துண்டை விரித்து வாங்கிச் சென்றனர். ஒருவரை யொருவர் முந்திச் செல்லும் முனைப்பில் மாணவர்கள் தள்ளிக் கொண்டும், இடித்துக் கொண்டும் நிற்க அவர்களுக்குள் சென்று சிக்கிக் கொள்ளாமல் ஒரு சிறுவன் ஒதுங்கியே நின்றான். எல்லா மாண வர்களும் வாங்கிச் சென்ற பின் கடைசியாக வந்து நின்ற அந்த சிறு வனுக்கு பிரசாதம் குறைந்த அளவே கிடைத்தது. அதை வாங்கிக் கொண்டு வீட்டுக்கு வந்தவனின் பிரசாதத் துண்டை அவிழ்த்துப் பார்த்த அவன் தாய், என்ன ராசா? தேங்காய் சில்லு, வாழைப்பழம், பேரிக்காய் எல்லாம் இல்லை. வெறும் பொரி மட்டும் தான் இருக்கு. உனக்கு வாத்தியார் தரவில்லையா? என கேட்க ‘எனக்கு வாத்தியார் போட்டது இவ்வளவுதான் அம்மா’ என்றான் அந்தச் சிறுவன்.

அதற்கு அந்தத் தாய் மத்த பசங்க எல்லாம் முன்னாடியே போய் இருப் பாங்க. அவங்களுக்கு நிறைய கிடைச்சிருக்கும். நீ கடைசியா போனி யாக்கும்? என்று கேட்டாள். அம்மாவின் இந்த கேள்வி அந்த சிறுவனுக்கு சரி என படவில்லை. என்னம்மா சொல்றீங்க? மத்தவங்க போல நானும் முந்திக்கிட்டு போயிருந்தாதான் எனக்கு நிறையா கிடைக்குமா? இது என்ன நியாயம்? நானும் எல்லோரையும் போல காசு கொடுத்திருக்கும்போது எனக்கு மட்டும் குறைச்சலா தருவது என்ன நியாயம்? எல்லோருக்கும் கொடுத்தது போல் எனக்கும் கொடுக்காதது

அவங்க தப்பில்லையா? என்று பட்டென கேட்டான். விளையும் பயிர் முளையிலேயே தெரியும் என்பதற்கேற்ப இளம் வயதிலேயே திகழ்ந்த அந்தச் சிறுவன் - காமராஜர்!

ஆங்கிலேயர் ஆட்சிக்காலத்தில் திருநெல்வேலி மாவட்டத்தின் பகுதியாகவும், தனி பஞ்சாயத்தாகவும் இருந்து வந்த விருதுபட்டி என்ற கிராமம் உள்ளூர் மக்களின் வேண்டுகோள் படி விருதுநகர் என பெயர் மாற்றம் செய்யப்பட்டு ராமநாதபுரம் மாவட்டத்தோடு சேர்க்கப்பட்ட தோடு மட்டுமில்லாமல் நகராட்சி அந்தஸ்துக்கும் உயர்த்தப் பட்டிருந்தது. அவ்வூரில் 1903ம் ஆண்டு ஜூலை மாதம் 15ம் தேதி குமாரசாமி – சிவகாமியம்மாள் தம்பதியருக்கு மூத்தப் பிள்ளையாக காமராஜர் பிறந்தார். இவருடைய தங்கையின் பெயர் நாகம்மாள். தான் தத்து எடுத்து வளர்த்த குமாரசாமிக்கு தலைமகனாகப் பிறந்த காம ராஜருக்கு பாட்டி பார்வதி அம்மாள் தன் குலதெய்வப் பெயராக காமாட்சி என்ற பெயரை சூட்ட, அன்னை சிவகாமியோ ராஜா என செல்லப்பெயரிட்டு அழைக்க, தந்தை குமாரசாமியோ தெய்வப் பெயரையும், செல்லப்பெயரையும் சேர்த்து காமராஜ் என பெயர் சூட்டினார். அந்தப் பெயரே பின்னர் நிலைத்தது.

தனது ஆரம்பக்கல்வியை திண்ணைப் பள்ளிக்கூடத்தில் ஆரம்பித்த காமராஜர் அதன்பின் ஏனாதி நாயனார் வித்யாசாலையில் சேர்ந்தார். பிடி அரிசி பள்ளிக்கூடம் என்றழைக்கப்பட்ட இப்பள்ளி ஆசிரியர்களுக்குச் சம்பளமில்லை. பள்ளிக்கு வரும் பிள்ளைகள் பெற்றோரால் கொடுத் தனுப்பபடும் ஒரு பிடி அரிசியுடன் வருவார்கள். அவற்றை அந்த ஆசிரியர் மூடிபோட்ட நார் பெட்டியில் சேர்த்து வைப்பார். சமயங்களில் தங்கள் வீட்டுத் தோட்டங்களில் விளையும் காய்கறிகளையும் பெற் றோர்கள் கொடுத்தனுப்புவார்கள். உற்றுழி உதவியும், உறுபொருள் கொடுத்தும் என்ற அடிப்படையில் ஆசிரியர்களிடம் மாணவர்கள் பாடம் கற்று வந்தனர். ஓராண்டுக்குப் பின் ஏனாதி நாயனார் பள்ளியி லிருந்து சத்திரிய வித்யாசாலா என்ற பள்ளியில் சேர்ந்தார். வசதி படைத் தவர்களிடமிருந்து நிதியுதவி பெற்று நாடார் சமூகத்தாரால் நடத்தப் பட்ட அப்பள்ளியில் மாணவர்களுக்கு இலவசக் கல்வி அளிக்கப்பட்டு வந்தது. அப்போது இருந்து வந்த இந்த நடைமுறைகள்தான் பின்னாளில் இலவசக்கல்வி, பகல் உணவுத்திட்டம் போன்றவற்றை காமராஜர் செயல்படுத்த உந்துதலாக அமைந்தது.

பள்ளிக்குச் சென்றுகொண்டிருந்த சமயத்தில் தன் ஆறாவது வயதில் தந்தையை இழந்து நின்ற காமராஜரை அவருடைய பாட்டியும், அன்னையும் தொடர்ந்து படிக்க வைத்தனர். அந்த வயதுக்கே உரிய விளையாட்டு, பொழுதுபோக்கு, நண்பர்களுடன் ஊர் சுற்றல் போன்ற

குணங்களுடன் வளர்ந்து வந்த காமராஜர் அரசியல் கூட்டங்களில் கலந்து கொள்வதிலும் ஆர்வம் காட்டி வந்தார். ஊரில் அரசியல் கூட்டங்கள் நடைபெறும் இடங்களுக்குச் சென்று அவர்கள் பேசுவதைக் கவனிப்பார்.

ஏட்டுப்படிப்பு வாழ்க்கைக்கு உதவாது என நினைத்த காமராஜரின் வீட்டார்கள் ஆறாம் வகுப்பு படித்துக் கொண்டிருந்தவரின் பள்ளிப் படிப்பைப் பாதியிலேயே நிறுத்திவிட்டு அவருடைய மாமாவின் ஜவுளிக் கடைக்கு வியாபாரத்துக்கு அனுப்பி வைத்தனர். வியாபாரத்துக்கு வந்தபின் காமராஜரின் உடையிலும் மாற்றங்கள் ஆரம்பித்தன. கரை போடாத வேஷ்டி, அரைக்கை சட்டைக்கு மாறியவர் வியாபார நுணுக்கங் களையும் விரைவிலேயே கற்றுக்கொண்டார். ஒவ்வொரு நாளும் கடையை மூடியதும் தன் நண்பர்களைச் சந்திக்க கிளம்பிவிடுவார்.

அச்சமயத்தில் முதல் உலகப்போர் நடைபெற்றுக் கொண்டிருந்ததால் நண்பர்களுடன் அது பற்றியே பேசிக்கொண்டும் விவாதித்துக் கொண்டும் இருந்தார். சுதேசமித்திரன் நாளிதழின் மூலம் இந்திய விடு தலைப் போராட்ட செய்திகளை படித்து வந்தவரின் மனதில் நாட்டுப் பற்று வளர ஆரம்பித்தது. அதன் தாக்கம் காங்கிரஸ் கட்சியின் நடவடிக் கைகளைத் தெரிந்துகொள்ள வேண்டும் என்ற ஆவலை அவருக்குக் கொடுத்தது. அவ்வப்போது சுதந்தரப் போராட்டம் குறித்து நடத்தப் படும் கூட்டங்களில் தவறாது கலந்துகொண்டு தலைவர்களின் பேச்சைக் கேட்டு வந்தார். டாக்டர். வரதராஜுலு நாயுடு, திரு.வி.க, சத்தியமூர்த்தி, ஜார்ஜ் ஜோசப் ஆகியோரின் சொற்பொழிவுகளைக் கேட்பதிலும், அவர்கள் பேச வரும் கூட்டங்களுக்குச் செல்வதிலும் ஆர்வமாக இருந்தார். ஒருமுறை விருதுநகரில் நடைபெற்ற அரசியல் கூட்டத்தில் பேசவிருந்த வரதராஜுலு நாயுடுவின் பேச்சைக் கேட்ப தற்காக வியாபாரத்தைப் பற்றியெல்லாம் கவலைப்படாமல் மாலையி லேயே கடையை அடைத்துவிட்டு கூட்டம் நடைபெறும் இடத்துக்குச் சென்று விட்டார்.

மாடர்ன் ரிவ்யூ, சுதேசமித்திரன், இந்து, தேசபக்தன் ஆகிய இதழ்களில் வந்த செய்திகள் வழியாகவும், தலைவர்களின் பேச்சாலும் அரசியலை நோக்கி மெல்ல நகர ஆரம்பித்தார். அச்சமயத்தில் பிராமணரல்லா தோருக்குப் பாடுபடுவதற்காக நீதிக்கட்சி உதயமானது. அது வரையிலும் எந்த இயக்கங்களிலும் பங்கு கொள்ளாமல் தான் உண்டு, தன் வியாபாரம் உண்டு என்று இருந்துவந்த தன் சமூகத்தை சேர்ந்த பலரும் அக்கட்சியில் இணைவதைக் கண்ட காமராஜருக்கு அக் கட்சியைப் பற்றியும், அதன் கொள்கைகள் பற்றியும் அறிந்து கொள்ளும் ஆவல் ஏற்பட்டது.

அக்காலத்தில் விருதுநகரிலிருந்த ஞானம்பிள்ளை என்பவரின் பொடிக் கடை திண்ணைதான் அரசியல், தேசியம் பற்றிப் பேசும் இடமாக இருந்தது. மாலை நேரத்தில் அங்கு கூடி அரசியல் விஷயங்கள், காங்கிரஸ் கட்சி நடத்தும் போராட்டங்கள் பற்றிப் பலரும் விவாதிப்பது வழக்கம். காந்தியடிகளின் கதர் இயக்கம், மதுவிலக்கு, தீண்டாமை போன்றவை பற்றி ஞானம்பிள்ளை பொடிக்கடை திண்ணை பேச்சுகளிலிருந்துதான் காமராஜர் அறிந்துகொண்டார்.

தன் ஊரில் நடைபெற்ற திருவிழாவின்போது நிகழ்ந்த தீண்டாமை கொடுமையைக் கண்டு பொங்கி எழுந்தார். காமராஜரின் இளவயது நண்பனான குமரன் தாழ்த்தப்பட்ட இனத்தைச் சேர்ந்தவர். ஊரிலிருந்த மாரியம்மன் கோயிலுக்கு தீச்சட்டி எடுத்துவந்த குமரனை அவர் சாதிப் பெயரைச் சொல்லி உள்ளேவிட மறுத்தனர். இதைக் கண்டு கோபம் கொண்ட காமராஜர் குமரனை இழுத்துக்கொண்டு கோயிலுக்குள் நுழைந்தார். அருகில் நின்று கொண்டிருந்த ஞானம்பிள்ளை காமராஜரை தடுத்து 'இதென்ன வம்பு பண்ணிக்கிட்டு தம்பி. இது ஊர் கட்டுப்பாடு. அவங்களுக்குன்னுதான் தனியிடம் ஒதுக்கி இருக்கே' என்றார்.

உடனே காமராஜர் 'என்னங்க ஐயா நீங்களும் இப்படிப் பேசுறீங்க. காந்தியடிகள் தீண்டாமையை அடியோடு ஒழிக்கனும்னு சொல்லியிருக்கார்னு நீங்கதானே சொன்னீங்க. இப்ப இவங்க கோயிலுக்குள் போகக்கூடாதுன்னு சொன்னா அது என்ன நியாயம்? தாழ்த்தப்பட்ட தெருக்காரர்கள் ஏர்கட்டி உழுதபோது கிடைத்தது தான் இந்த அம்மன் சிலைன்னு மாமாகூட சொல்லியிருக்காரே! இவங்க கறந்து தருகிற பாலில் தான் அந்த அம்மனுக்கு அபிஷேகமே நடக்குது. அப்படியிருக்க இவங்க நேர்த்திக்கடன் செலுத்த போகக்கூடாதுன்னு சொல்றது நியாயமில்லையே?' என்றார்.

'நீ சொல்றது சரிதான். ஆனா அவங்களுக்குரிய உரிமையைக் கொடுக்கணும்னா ஊர்க்காரங்க மனசு மாறணுமே. அதுக்குள்ள நீ இப்படி செஞ்சா அது ஊர் கட்டுப்பாட்டை மீறுன மாதிரி ஆயிடும் தம்பி' என்று ஞானம்பிள்ளை கூறினார். ஆனால் காமராஜர் அவர் சொன்னதைக் கேட்கவில்லை. 'என்னை மன்னிச்சிடுங்க ஐயா. நியாயம்னா அது உடனே கிடைக்கணும். ஊர்காரங்க மனசு மாறுகிற வரைக்கும் அநியாயம் நடக்க அனுமதிக்கக்கூடாது' என சொல்லி விட்டு குமரனைக் கையோடு கோயிலுக்குள் அழைத்துச் சென்று எல்லோரையும்போல் தீச்சட்டி காணிக்கையைச் செலுத்த வைத்தார். அந்த அளவுக்கு காந்தியடிகளின் கொள்கைகள்மீது ஈர்ப்பும், அந்தக் கொள்கைகளைச் செயல்படுத்துவதில் தீவிரமும் கொண்டிருந்தார் காமராஜர்.

முதல் உலகப் போர் முடிந்ததும் ஆங்கிலேய நிர்வாகம் அப்போது அளித்திருந்த வாக்குறுதிகளை நிறைவேற்றும் என எதிர்பார்த்திருந்த இந்திய மக்களுக்கு அதிர்ச்சி தரும் விதமாக புதிய பல அடக்குமுறை சட்டங்களைக் கொண்டுவந்தது. காலாவதியாகியிருந்த ஒரு பாது காப்புச் சட்டத்துக்குப் பதில் புதிய சட்டம் ஒன்றைக் கொண்டுவரும் நோக்கில் ரௌலட் என்பவர் தலைமையில் ஒரு குழுவை உருவாக்கி அதை இந்தியா முழுவதும் விசாரணைக்காக அனுப்பி வைத்தது. அக்குழுவின் பரிந்துரைப்படி 1919ல் பிரகடனப்படுத்தப்பட்ட ரௌலட் சட்டத்தை எதிர்த்து மக்கள் கொதித்தெழுந்தனர். நாடே எதிர்த்து நிற்க அந்த எதிர்ப்புப் போராட்டத்துக்கு காந்தியடிகள் தலைமையேற்றார். அப்போராட்டக் களத்தில் மக்களை முன்னிறுத்துவதில் தமிழகம் முன்னணி வகித்து நின்றது.

ரௌலட் சட்டம் பற்றிய செய்திகள், கட்டுரைகள், தலைவர்களின் அறிக்கைகள் ஆகியவற்றைச் செய்தித்தாள்களின்வழி படித்து அறிந்த காமராஜர் ரௌலட் சட்ட எதிர்ப்புப் போராட்டங்களில் கலந்து கொண்டார். அச்சட்டத்தை எதிர்த்து பஞ்சாப் மாநிலம் அமிர்தசரசில் ஜாலியன்வாலா பாக் என்ற இடத்தில் நாற்புறமும் உயர்ந்த மதில்சுவர் களுடனும் ஒரு வாசலுடனும் அமைந்திருந்த மைதானத்தில் கூடியிருந்த மக்களை ஜெனரல் டயர் என்ற ஆங்கிலேய அதிகாரி தன் வீரர்களைக் கொண்டு துப்பாக்கி மற்றும் பீரங்கிகளால் கொன்று குவித்தான். நிராயுதபாணியாக நின்ற மக்கள்மீது அவன் நிகழ்த்திய கொலைவெறியாட்டம் கொந்தளித்து நின்ற மக்களிடையே கோபக் கனலை மூட்டியது. சுதேசமித்திரன் நாளிதழில் வெளிவந்த இந்தச் செய்தியைப் படித்த காமராஜர் கலங்கினார். வழக்கமான வேலை களில்கூட ஈடுபடமுடியாதபடி அவருடைய மனம் அந்த நிகழ்வையே சுற்றி வந்து கொண்டிருந்தது.

இனியும் தன் வீடு, கடை என குண்டுச்சட்டிக்குள் குதிரை ஓட்டிக் கொண்டு வாழக்கூடாது என முடிவு செய்தவர் தன் சேவை எல்லாம் இனிமேல் நாட்டுக்குத்தான் என முடிவு செய்து காங்கிரஸ் கட்சியின் தொண்டனாகவே மாறிப்போனார். தன்னுடைய நடவடிக்கைகளைக் கண்டு வருந்திய பாட்டியிடம், ‘நம்ம எண்ணெய் கடை அண்ணாச் சியின் வீட்டு சடை நாய் வெள்ளை வெளேர்னு பார்ப்பதற்கு எவ்வளவு அழகா இருக்கு. நீங்ககூட அதைப் பார்த்து சந்தோசப்படுறீங்க. ஆனால் அதுவே நம்ம வீட்டுக்குள்ள வந்தால் விரட்டியடிக்கிறீங்க இல்லையா? அதுமாதிரிதான் வெள்ளைக்காரனும்! வியாபாரத்துக்கு வந்தவன் நம்மை அதிகாரம் பண்ணி அக்கிரமம் செய்யும்போது அவனை விரட்டி யடிக்க வேண்டாமா?’ என கேட்ட காமராஜர் மக்களைத் தினமும் சந்தித்து ஜாலியன்வாலா பாக் படுகொலை பற்றி எடுத்துக் கூறி வந்தார்.

கமுதி மற்றும் அதன் சுற்றுப்புறத்தில் இருந்த ஊர்களில் வசித்த நாடார் சமூகத்தினரைப் பிற சமூகத்தினர் தாக்கியபோதும், கொடுமைகள் செய்தபோதும் அதில் தலையிட்ட ஆங்கிலேய அரசு உடனடி நடவடிக் கைகளின்மூலம் நாடார் சமூகத்தினருக்குப் பாதுகாப்பு அளித்ததோடு குற்றம் சாட்டப்பட்டவர்களுக்குக் கடுமையான தண்டனையும் வழங்கியது. இதனால் அப்போது ஆங்கிலேயர்களுக்கு ஆதரவாக செயல்பட்டுவந்த நீதிக்கட்சியில் நாடார் சமூகத்தைச் சேர்ந்த பலரும் தங்களை இணைத்துக் கொண்டிருந்தனர். அதன் வீரியம் விருதுநகரில் மற்ற பகுதிகளைவிட அதிகமாகவே இருந்தது. அதனால் ஜாலியன் வாலா பாக் படுகொலையை எதிர்த்து காமராஜரும், அவருடைய நண்பர்களும் ஆங்கிலேய அரசுக்கு எதிராக விருதுநகரில் நடத்திய கண்டனக் கூட்டத்துக்கு பெரிய அளவில் எதிர்ப்பு தோன்றியது. உள்ளூரில் இருந்த எதிர்ப்பையும் மீறி கூட்டத்தை வெற்றிகரமாக நடத்திய காமராஜரை அக்கூட்டத்தில் கலந்து கொண்ட டாக்டர். வரதராஜுலு நாயுடு வெகுவாகப் பாராட்டினார். அதன்பின் சுயராஜ்ஜிய நிதி திரட்டுவதற்காக தமிழ்நாட்டில் சுற்றுப்பயணம் மேற்கொண்டிருந்த காந்தியடிகளின் பேச்சை மதுரை, திருநெல்வேலி ஆகிய இடங்களுக்குச் சென்று கேட்டு வந்தார்.

பம்பாய் அண்ணாச்சி என எல்லோராலும் அழைக்கப்பட்ட கோவிந்த நாடார், ஞானம் பிள்ளை ஆகியோர் மூலம் தொடர்ந்து அரசியல் சார்ந்த தகவல்களை, செய்திகளை அறிந்து வந்த காமராஜர் வீட்டைவிட நாடே முக்கியம் என முடிவு செய்ததைப் போலவே வேலை, திருமணம் இரண்டும் தனக்கு இனி ஒத்துவராது என்றும் முடிவெடுத்தார். முழு நேர காங்கிரஸ் ஊழியராக மாறியவர் விருதுநகர் தவிர பக்கத்து ஊர்களுக்கும் சென்று மக்களிடையே ஆங்கிலேய எதிர்ப்புணர்வுகளைத் தூண்டுவது, தலைவர்களின் பேச்சுகளை கேட்பது, பிரசாரச் சுவரொட்டிகள் ஒட்டுவது, பொதுக்கூட்டங்கள் நடத்த ஏற்பாடு செய்வது என அவருடைய அன்றாட செயல்கள் அனைத்தும் அரசியலையே மையம் கொண்டிருந்தன. அச்சமயத்தில் அன்னிய மண்ணில் தொடங்கி இந்திய மண்ணில் காந்தியடிகளால் ஏற்றுக்கொள்ளப்பட்ட கிலாபத் இயக்கம் இந்தியாவெங்கும் பரவ அதன் பிரசாரத்தை விருதுநகர் பகுதியில் முடுக்கிவிடுவதில் காமராஜர் தீவிரமாகச் செயல்பட்டார்.

2

விடுதலைப் போராட்டம்

திண்ணையில் தொடங்கிய அரசியல் அறிவால் தன்னைத் தொடர்ந்து தீவிரக் களப்பணியாளனாக உருமாற்றிக்கொண்ட காமராஜர் தானும் விடுதலை இயக்கப் போராட்டங்களில் கலந்துகொண்டு சிறை செல்ல வேண்டும் என விரும்பினார். இந்தியாவில் கிலாஃபத் இயக்கத்துக்கு காந்தியடிகளே நேரடியாகத் தலைமையேற்றதும் அதையடுத்து சமூகத்தில் நிகழ்ந்த மாற்றங்களும் ஆங்கிலேய அரசுக்குத் தீரா தலை வலியாக மாறிவந்த நிலையில் ஒத்துழையாமை இயக்கம் என்ற பெயரில் தன் அடுத்த ஆயுதத்தை 1920ம் ஆண்டு காந்தியடிகள் கையில் எடுத்தார். எரியும் தீயில் எண்ணெய் வார்த்த கதையாகக் கொந்தளித்து நின்ற மக்களிடையே மேலும் போராட்டக் கனலை அது ஏற்ற ஆரம்பித்தது.

அந்நியத் துணிகளைப் புறக்கணித்தல், அரசாங்கம் அளித்த பட்டங் களைத் துறத்தல், கல்லூரி, நீதிமன்றம், சட்டமன்றம் ஆகியவற்றைப் புறக்கணித்தல் உள்ளிட்ட நடவடிக்கைகளின்மூலம் காந்தியடிகளின் ஒத்துழையாமை இயக்கம் வேகம் பிடிப்பதைக் கண்ட ஆங்கிலேய அரசு பதறிப்போனது. பாரிஸ்டர் பட்டம் பெற்றவர்கள்கூட அந்நிய ஆடைகளைத் துறந்து கதராடைக்கு மாறியதைக் கண்ட காமராஜரும் கதராடைக்கு மாறினார். இத்தகைய போராட்டங்களில் ஈடுபட்டு சிறை செல்வதில் ஆர்வம் கொண்டிருந்த எண்ணற்ற காங்கிரஸ் தொண்டர் களைப்போல காமராஜரும் ஆர்வம் கொண்டிருந்தார். ஆனால் சிறைச் சாலைகளில் போதிய இடமில்லாத காரணத்தால் ஆங்கிலேய அரசு கைது நடவடிக்கையைப் பெரிய அளவில் செயல்படுத்தாமலிருந்தது. தவிர, திடீரென காந்தியடிகள் அப்போராட்டத்தை நிறுத்துவதாக அறிவித்துவிட தொண்டர்களும் மக்களும் உற்சாகமிழந்து போயினர். ராமநாதபுரம் மாவட்டத்தில் மொத்தமே இரண்டு பேர்தான் இப்போ ராட்டத்துக்காகக் கைது செய்யப்பட்டிருந்தனர். நாட்டுக்காக நடை பெறும் விடுதலைப் போராட்டங்கள் அனைத்திலும் தவறாது கலந்து கொள்ளவேண்டும் என காமராஜர் முடிவு செய்தார்.

இந்தச் சமயத்தில் ஜீவா இளைஞர்களை காங்கிரஸ் கட்சியில் சேர வேண்டி அறைகூவல் விடுத்ததையடுத்து பலரும் அவ்வியக்கத்தில் தங்களை இணைத்துக் கொண்டனர். காமராஜரும் தன் நண்பர்களுடன் முறைப்படி காங்கிரஸில் இணைந்துவிட முடிவு செய்தார். புதிய உறுப்பினர்கள் சேர்க்கையின் தொடர்ச்சியாக காங்கிரஸ் கட்சியில் மொழிவாரி மாநில கமிட்டி, மாவட்ட, தாலுகா, நகர, கிராம கமிட்டி என அமைப்பு ரீதியான மாற்றங்களும் செய்யப்பட்டன. அதற்கென காந்தியடிகளின் அறிவுறுத்தலின்படி திலகர் சுயராஜ்ஜிய நிதி என்ற பெயரில் மக்களிடமிருந்து நேரடியாக நிதி திரட்டும் நடவடிக்கைகள் மேற்கொள்ளப்பட்டன. அப்பணிக்காக விருதுநகரில் அமைக்கப்பட்ட நகர காங்கிரஸ் கமிட்டியின் பதினாறு உறுப்பினர்களில் காமராஜரும் ஒருவர். அப்பொறுப்பை ஏற்றபின் கட்சியை வளர்ப்பதிலும், போராட்டங்களில் ஈடுபடுவதிலும், மக்களை விடுதலை இயக்கப் போராட்டங்களை நோக்கி திசை திருப்புவதிலும் முன்னிலும் தீவிர மாகச் செயல்பட்டார். ஊர்தோறும் சென்று பிரசாரங்கள் செய்தார். அதனால் காமராஜரையும், அவர் காங்கிரசில் இணைந்து ஆங்கிலேய அரசுக்கு எதிராக நிற்பதையும் விரும்பாத அவருடைய சமூகத்தைச் சேர்ந்த சிலரால் தாக்குதல்களுக்கு ஆளாக நேர்ந்தது. ஆனால் அதற் கெல்லாம் அஞ்சாமல், பின்வாங்காமல் தன் பணிகளைத் திறம்படச் செய்துவந்தார்.

இத்தகைய தீவிர செயல்பாடுகள் காரணமாக 1922ல் சாத்தூரில் அப்போது தமிழ்நாடு காங்கிரஸ் கட்சித் தலைவராக இருந்த பெரியார் தலைமையில் நடைபெற்ற மாநாட்டுக்கான வரவேற்பு கமிட்டியின் செயலாளராக காமராஜர் தேர்வு செய்யப்பட்டார். தனக்குத் தரப்பட்ட அந்தப் பணியில் திறம்படச் செயல்பட்டு பலரின் பாராட்டையும் கவனத்தையும் பெற்றார். அதன்பின் மாகாண காங்கிரஸ் கமிட்டிக்கு தேர்வு செய்யப்பட்ட ஐந்து உறுப்பினர்களில் காமராஜரும் ஒருவராக இடம் பெற்றார்.

ஒத்துழையாமை இயக்கம் பாதியிலேயே நின்றுபோனதால் மனத் தளவில் சோர்வடைந்திருந்த மக்களை எழுச்சிபெற வைப்பதற்காக ஆங்காங்கே கள்ளுக்கடை மறியல் போராட்டங்கள் நடைபெற்று வந்தன. அது 1923ல் யாரும் எதிர்பாராத வகையில் மிகப்பெரிய போராட்டமாக உருவெடுக்க ஆரம்பித்ததும் மாகாண பதவியில் இருந்த காமராஜரும் அதில் தீவிரமாகப் பங்குகொள்ள ஆரம்பித்தார். அப்போது ராமநாதபுரம் மற்றும் மதுரை ஆகிய இரு மாவட்ட காங்கிரஸ் கமிட்டி அலுவலகமும் மதுரையில் செயல்பட்டு வந்ததால் மதுரையில் அப்போராட்டத்தின் தாக்கமும், வேகமும் தீவிரமாக இருந்தது. ஆங்காங்கே குழுமி மறியல் செய்பவர்களைக் கைது செய்வதைவிட

அவர்கள் எல்லாம் ஒரே இடத்தில் கூடும் சமயம் பார்த்து சுற்றி வளைத்து, மடக்கிப் பிடித்து கைது செய்துவிட்டால் வேலை மிச்சம் என நினைத்த காவல்துறையினர் மதுரை கட்சி அலுவலகத்தில் தொண்டர்கள் வந்து கூடும்வரை காத்திருந்து அப்படியே கொத்தாகக் கைது செய்து லாரியில் ஏற்றிக்கொண்டு போயினர். அச்சமயத்தில் வேறு வேலையாக வெளியில் சென்றிருந்ததால் காமராஜரால் தொண்டர்களோடு அப்போராட்டத்தில் கைதாக முடியாமல் போனது.

தன் சிறைவாசக் கனவு வெறும் கனவாகவே ஆகிவிடுமோ என காம ராஜர் நினைத்திருந்த வேளையில் நாக்பூரில் தங்கள் கட்சியின் மூவர்ணக் கொடியை காங்கிரஸ்காரர்கள் தெருவில் ஏந்தி செல்லக்கூடாது என ஆங்கிலேயர்கள் தடை விதித்ததையடுத்து நாகபுரி கொடிப்போராட்டம் என்ற பெயரில் புதிய போராட்டம் தொடங்கியது. அங்கு தடையைமீறி கொடி ஏந்திச் செல்ல முயன்ற தொண்டர்களை ஆங்கிலேய நிர்வாகம் கைது செய்து சிறைக்கு அனுப்பியது. இச்செய்தி நாடு முழுவதும் பரவ நாகபுரி நோக்கி தொண்டர்கள் மூவர்ணக் கொடியை தங்கள் கைகளில் ஏந்திய வண்ணம் வர ஆரம்பித்தனர். உடனே காமராஜரும் தன் நண்பர் களுடன் இப்போராட்டத்தில் கலந்துகொள்வதற்காக நாகபுரி நோக்கிப் புறப்பட்டார். ஆனால் அங்கு அவர் செல்வதற்கு முன்பாகவே காங்கிரஸ் கட்சிக்கும் ஆங்கிலேய அரசுக்கும் இடையே ஓர் ஒப்பந்தம் ஏற்பட்டதால் அப்போராட்டம் நிறுத்தப்பட்டது.

அந்தக் காலகட்டத்தில் போராட்டங்களுக்குப் பஞ்சமா என்ன? கொடி போராட்டம் முடிந்திருந்த நிலையில் வாள் போராட்டம் என்ற புதிய போராட்டம் ஆங்கிலேய அரசுக்கு எதிராக கிளம்பியது. மத விழாக்கள், இதர சமய சடங்குகளில் வாள் ஏந்தி செல்ல அரசாங்கத்தின் அனு மதியைப் பெறவேண்டும் என போடப்பட்ட உத்தரவை எதிர்த்து ஜெனரல் அவாரி என்பவரால் நாகபுரியில் தொடங்கப்பட்ட இப்போ ராட்டம் மெல்ல தண்ணீர் மேல் விழுந்த எண்ணெய் போல நாடெங்கும் பரவ ஆரம்பித்தது. ஆங்கிலேயர்களின் இந்த உத்தரவை மீறும் வகையில் மதுரையில் இப்போராட்டதை நடத்த காங்கிரசார் முடிவு செய்தார்கள். தேசபக்தர் சோமயாஜுலு தலைமையில் தொண்டர்கள் வாள் ஏந்தி ஊர்வலமாகச் சென்றனர். அந்த இயக்கத்துக்காக ஐந்து பட்டா கத்திகளை காமராஜர் தயார் செய்து கொடுத்தார். இப்போதைய நிலையில் இவர்களைக் கைது செய்தால் போராட்டம் இன்னும் வேகம் பிடிக்கவே செய்யும் என நினைத்த சென்னை மாகாணத்தின் சட்ட அமைச்சர் சி.பி. ராமசாமி ஐயர் போராட்டக்காரர்களைக் கைது செய்ய வேண்டாம் என காவல்துறையினரிடம் சொன்னதோடு, 'தெருவில் வாள் ஏந்தி செல்ல மலபார் பகுதி தவிர மற்ற பகுதிகளில் தடையில்லை' என அறிவித்ததால் ஆரம்பத்திலேயே அப்போராட்டம் அமுங்கிப்

போனது. பெரிய அளவில் போராட்டம் வெடிக்கும், பிறகு சிறை செல்லலாம் என நினைத்திருந்த காமராஜருக்கு இம்முறையும் ஏமாற்றமே மிஞ்சியது.

காமராஜர் தீவிரமாகப் போராட்டக் களத்தில் நிற்பதைக் கண்ட அவரது குடும்பத்தினர் அதிலிருந்து அவரை மீட்டு வெளியே கொண்டு வந்து விடவேண்டும் என்பதில் தீவிரமாக இருந்தனர். உள்ளூரில் இருந்தால் தானே இந்த பிரச்னை, வெளியூருக்கு அனுப்பிவிட்டால் தானாகவே எல்லாம் சரியாகிவிடும் என எல்லோர் வீட்டிலும் நினைப்பதைப் போலவே காமராஜரின் வீட்டிலும் நினைத்தனர். கேரளாவின் திருவனந் தபுரத்தில் மரக்கடை நடத்தி வந்த காமராஜரின் தாய்மாமன் கடைக்கு அனுப்பி வைக்க முடிவு செய்தனர். குடும்பத்தினரின் வற்புறுத்தலைத் தட்ட முடியாத நிலையில் காமராஜரும் அங்கு சென்றார்.

இடம் மாறியதேயொழிய அவருடைய மனதில் மாற்றம் ஏதும் நிகழ வில்லை. அங்கு போயும் கடை வேலைகளுக்கு இடையில் அரசியல் ஈடுபாடு குறையாமல் பார்த்துக் கொண்டார். அச்சமயத்தில் 1924ம் ஆண்டு திருவனந்தபுரத்துக்கு அருகில் வைக்கம் என்ற ஊரில் தாழ்த்தப் பட்டவர்கள் அங்கிருந்த கோயிலுக்குச் செல்லும் தெருவில் செல்லக் கூடாது என உயர்சாதி இந்துக்களான நம்பூதிரிகள் தடை விதித் திருந்தனர். இந்தத் தடையைமீறி அப்பகுதியிலிருந்த காங்கிரஸ் தொண்டர்கள், தாழ்த்தப்பட்டவர்கள் உள்ளிட்ட அனைவரும் அந்த வீதியில் நடமாடவேண்டும் என உரிமை போராட்டத்தைத் தொடங்க முடிவெடுத்தபோது தமிழக காங்கிரஸ் தலைவர்களும் அப்போ ராட்டத்துக்கு ஆதரவு அளித்தனர். வைக்கம் ஆலய நுழைவுப் போராட்டம் மதுரை ஜார்ஜ் ஜோசப், குரூர் நீலகண்ட நம்பூதிரி தலைமையில் ஆரம்பிக்க அவர்களை திருவிதாங்கூர் அரசாங்கம் கைது செய்தது. அதையடுத்து அப்போராட்டத்தைத் தலைமையேற்று நடத்த தமிழகத்திலிருந்து ஈ.வெ.ரா. வைக்கத்துக்கு வந்தார். அவரோடு ஜீவானந்தம், சாமி சிதம்பரனார் உள்ளிட்ட தமிழகத் தலைவர்களும் கலந்துகொண்டனர். அப்போது அங்கிருந்த காமராஜரும் அவர்களோடு இணைந்து போராட்டக் களத்தில் குதித்தார்.

வழக்கம்போல இம்முறையும் கைது நடவடிக்கையை மேற்கொண்ட அரசாங்கம் தொண்டர்களை விட்டுவிட்டுத் தலைவர்களை மட்டும் கைது செய்தது. அப்போராட்டம் மிகப்பெரிய வெற்றி பெற்றது. உயர்சாதி இந்துக்களால் விதிக்கப்பட்டிருந்த தடையை அரசாங்கம் விலக்கிக்கொண்டது. இதையறிந்த காமராஜர் மிகுந்த மகிழ்ச்சி கொண்டிருந்தார். இப்போராட்டத்தில் காமராஜர் கலந்து கொண்ட செய்தி அவருடைய மாமாவுக்குத் தெரியவர எதற்காக இங்கு அனுப்பி வைக்கப்பட்டாரோ அந்த நோக்கம் இங்கும் நிறைவேறாமல்

போனதால் அவர் காமராஜரை மீண்டும் விருதுநகருக்கே திருப்பி அனுப்பி வைத்தார்.

எல்லாப் போராட்டங்களிலும் முன்னால் நின்றும் தனக்கு இன்னும் சிறைக்கதவுகள் திறக்கப்படாமல் இருக்கிறதே என ஆதங்கத்திலிருந்த காமராஜர் சென்னையில் நடந்த நீல் என்ற வெள்ளைக்காரனின் சிலையை அகற்றும் போராட்டத்தில் கலந்துகொண்டார். 1857ல் நடந்த சிப்பாய் கலகத்தின்போது இந்தியர்களைக் கொடூரமாகச் சித்திரவதை செய்த ஜெனரல் நீல் என்பவனுக்கு சென்னை மவுண்ட் ரோட்டில் அமைக்கப்பட்டிருந்த சிலையை அகற்றக் கோரி நடைபெற்ற சத்தியாகிரகப் போரில் பலரும் கைது செய்யப்பட்டிருந்த நிலையில் அந்தப் போராட்டத்தைத் தொடர்ந்து நடத்த காமராஜர் விரும்பினார். அதற்காக காந்தியடிகளின் ஒப்புதலைப் பெற்று போராட்டத்தைத் தீவிரமாக்க முயன்றுகொண்டிருந்த நிலையில் சைமன் குழு எதிர்ப்புப் போராட்டத்தால் சிலை அகற்றும் போராட்டம் தொய்வைச் சந்தித்தது. போராட்டம் கொஞ்சம் மந்தப்பட்டிருந்த நிலையில் அப்பிரச்னைக்கு முடிவு காண நினைத்த ஆங்கிலேய அரசாங்கம் தானாகவே நீல் சிலையை அகற்றியது.

இந்திய மக்களின் உணர்வுகளை உசுப்பிவிடும் வேலைகளைச் செய்வதில் அசராத அங்கிலேய அரசாங்கம் 1930ல் உப்புக்கு வரிவிதிக்க, அதை ரத்துச் செய்யக் கோரி உப்பு சத்தியாகிரகத்தை அறிவித்த காந்தியடிகள் தொண்டர்கள் புடைசூழ சபர்மதி ஆசிரமத்திலிருந்து தண்டி கடற்கரையை நோக்கி நடைபோட ஆரம்பித்தார். தமிழ்நாட்டில் ராஜாஜி தலைமையில் வேதாரண்யத்தை நோக்கி உப்பு சத்தியாகிரக ஊர்வலம் கிளம்பியது. ஆயிரமாயிரம் தொண்டர்களால் பேரெழுச்சி பெற்ற இப்போராட்டத்தில் காமராஜரும் கலந்துகொள்ள முடிவு செய்தார். அப்போராட்டத்துக்கு ஏராளமான தொண்டர்களை அனுப்பி வைத்ததற்காகவும், அதில் கலந்து கொண்டதற்காகவும் கைது செய்யப் பட்ட காமராஜருக்கு முதல்முறையாக சிறைக் கதவுகள் திறந்து வழிவிட்டன. இரண்டு ஆண்டுகள் தண்டனை விதிக்கப்பட்டு அலிப்பூர் சிறையில் அடைக்கப்பட்டார்.

காமராஜர் நினைத்தது நடந்துவிட்ட போதும் அவர் வீட்டில் உள்ள வர்களும், உறவினர்களும் எது நடந்து விடக்கூடாது என நினைத் தார்களோ அது நடந்துவிட்டதால் அவர்கள் அனைவரும் கவலை கொண்டனர். செல்லமாக வளர்த்த பிள்ளை சிறைக்குள் அடை பட்டதை அறிந்த அவருடைய பாட்டி படுத்த படுக்கையானார். தனது கடைசி ஆசையாக பேரனை பார்க்க வேண்டும் என அவர் சொன்னதால் காமராஜரை பரோலில் எடுக்க முடிவு செய்து அதற்கான அனுமதியும்

பெறப்பட்டது. அந்த அனுமதி கடிதத்தோடு தன்னை சிறையில் சந்திக்க வந்த உறவினர்களிடம், 'நான் வரமுடியாது. பரோலில் சென்று வருப வர்களுக்கு அரசாங்கம் கேட்கும் நற்சான்று பத்திரத்தை என்னால் தர முடியாது. அது காந்தியின் கொள்கைக்கு எதிரானது. பாட்டி உயிரோடு இருந்தால் பின்னர் வந்து பார்க்கிறேன்' என சொல்லி பரோலில் வர மறுத்து அவர்களைத் திருப்பி அனுப்பிவிட்டார்.

அதற்கடுத்த ஆண்டு காந்தி – இர்வின் ஒப்பந்தம் காரணமாக உப்பு வரி ரத்து செய்யப்பட்டதால் அப்போராட்டத்தில் கலந்துகொண்டு சிறை சென்ற அனைவரும் விடுதலை செய்யப்பட்டனர். சிறையிலிருந்து விடு தலையாகி ஊருக்கு வந்த காமராஜரை விருதுநகர் ரயில் நிலையத்தில் மக்கள் பெருவாரியாக திரண்டு நின்று வரவேற்ப்பளித்தனர். மக்கள் சூழ ஊர்வலமாக வீட்டுக்கு வந்தவர் தன் பாட்டியைச் சந்தித்து ஆறுதல் கூறினார். அதற்கடுத்த சில நாட்களில் பாட்டி இறந்து போனார். அப்போது மடித்த கதர் துண்டை தோளில் போட்டுக் கொண்டவரின் அந்தப் பழக்கம் அவருடைய இறுதி காலம் வரை நீடித்திருந்தது. 1931ம் வருடம் காந்தியடிகள் வட்டமேஜை மாநாட்டில் கலந்து கொள் வதற்காக லண்டனுக்குச் சென்றார். ஆங்கிலேய அரசுடனான அந்தப் பேச்சுவார்த்தை அங்கு தோல்வியடைய இங்கு காங்கிரஸ் கட்சியைக் களையெடுக்கும் வேலையில் ஆங்கிலேய அரசு இறங்கியது. ஏதாவது ஒரு வழக்கின் பெயரில் தொண்டர்களைக் கொத்துக் கொத்தாக அள்ளிக் கொண்டு போய் சிறைக்குள் போட்டனர். காந்தி இந்தியா திரும்பிய பின் அந்த வேகத்தை அரசாங்கம் இன்னும் அதிகமாக்கியது. அப்போது பிரபலமாக இருந்த வழக்கு ஜாமின் வழக்கு!

இவ்வழக்கின்கீழ் கைது செய்யப்பட்ட ஒருவர் ஆங்கிலேய அரசு நிர்ணயிக்கும் தொகையை நீதிமன்றத்தில் ஜாமின் தொகையாகச் செலுத்திவிட்டு இனி அரசுக்கு எதிராகச் செயல்படமாட்டேன் என உறுதியளித்துவிட்டு விடுதலை பெற்று வரவேண்டும். இவ்வழக்கில் காமராஜரையும், அவருடைய நண்பர்களையும் காவல்துறை கைது செய்தது. ஜாமீன் கொடுப்பது காங்கிரஸ்காரர்கள் வழக்கமில்லை, பழக்கமுமில்லை எனச் சொல்லி காமராஜர் ஜாமின் தர மறுத்து விட்டதால் வேலூர் சிறையில் அடைக்கப்பட்டார். இந்த வாய்ப்பை பயன்படுத்தி இந்தியா முழுவதிலிருந்தும் கைது செய்து கொண்டு வரப்பட்டு அச்சிறையில் அடைக்கப்பட்டிருந்த அரசியல் கைதி களோடு காமராஜர் நெருங்கிப் பழகினார். பின்னாளில் தங்களுடைய அதிரடி நடவடிக்கைகளால் ஆங்கிலேய அரசையே அலற வைத்த பகத் சிங்கின் நண்பர்களான கமல்நாத் திவாரி, ஜயதேவ் கபூர் ஆகியோரும் வேலூர் சிறையில்தான் அப்போது அடைக்கப்பட்டிருந்தனர்.

சிறை விட்டாலும் காவல்துறையினர் காமராஜரை விடுவதாக இல்லை. ஏதாவது ஒரு வழக்கில் அவரைச் சிக்க வைத்துவிட வேண்டுமென கங்கணம் கட்டிக்கொண்டு காவல்துறையினர் செயல்பட்டனர். அதற்கு வசதியாக 1933ல் சென்னை மாகாண சதிவழக்கு என்ற வழக்கை பதிவு செய்த காவல்துறையினர் அதில் வேலூர் சிறையில் அப்போது அடைக் கப்பட்டிருந்த காங்கிரசின் எல்லா மாகாணத் தலைவர்களையும் சேர்த் தனர். உதகமண்டலத்தில் ஓய்வுக்காக வர இருந்த ஆங்கிலேய கவர்னர் ஆண்டர்சனைக் கொலை செய்யவும், சென்னையில் வங்கி ஒன்றைக் கொள்ளையிடவும் திட்டமிட்டவர்களுக்கு காமராஜர் பண உதவி செய்தார் என அவ்வழக்கில் குற்றம் சாட்டப்பட்டது. ஆனால் நீதி மன்றத்தில் அதற்கான போதிய ஆதாரங்களைச் சமர்ப்பிக்க முடியாத தால் காவல்துறையால் காமராஜரை அவ்வழக்கில் கைது செய்ய முடியாமல் போனது.

ஆனால் இன்னொரு வாய்ப்பு விரைவில் கிடைத்தது. ஸ்ரீவில்லிபுத்தூர் காவல் நிலையம், விருதுநகர் தபால் அலுவலகம் இரண்டின் மீதும் ஒரே நேரத்தில் வெடிகுண்டுகள் வீசப்பட அந்த வழக்கின் பேரில் காமராஜரும் அவருடைய நண்பரும் கைது செய்யப்பட்டனர். குற்ற வாளிக்கு எதிரான சாட்சிகளை, ஆதாரங்களை ஜோடிப்பதில் கவனம் செலுத்திய காவல்துறையினர் அதற்காக தீவிரத் தேடுதல் வேட்டை களை நடத்தினர். காமராஜர் மற்றும் அவருடைய நண்பர் வீட்டில் சோதனை செய்தும், அவர்களுக்கு எதிராக சாட்சிகளை தயார் செய்தும் நீதிமன்றத்துக்கு கொண்டு வந்த காவல் துறையினரை மதுரையைச் சேர்ந்த சிறந்த தேசபக்தரும், வழக்கறிஞருமான ஜார்ஜ் ஜோசப் தன் வாதத் திறமையால் கலங்கடித்தார். இறுதியில் அரசுத் தரப்பு சாட்சியங் களை ஏற்க மறுத்த நீதிபதி ஸ்ரீவில்லிபுத்தூர், விருதுநகர் வெடிகுண்டு வீச்சு வழக்கில் கைதான அனைவரையும் விடுவித்தார்.

அச்சமயத்தில் ராஜபாளையத்துக்கு வந்திருந்த காந்தியடிகளிடம் குமாரசாமி ராஜா காமராஜரின் மீதான வழக்குகள் பற்றி எடுத்துக் கூறிய தையடுத்து காமராஜரைப் பற்றி காந்தியடிகள் அறிந்து கொள்ளும் சூழல் உருவானது. கைது நடவடிக்கைகள்மூலம் சும்மா கிடந்த சங்கை ஊதிவிட்டிருந்த காவல் துறையினருக்கு காமராஜர் சிம்ம சொப்பன மாகவே இருந்தார். அதனால் வைஸ்ராய் வில்லிங்டன் பிரபு தமிழ் நாட்டில் சுற்றுப்பயணம் மேற்கொண்டிருந்தபோது அவர் திரும்பிச் செல்லும் வரை காமராஜரைச் சிறையில் தடுத்து வைத்திருந்து பின்னரே விடுதலை செய்தனர்.

3

விருதுநகரிலிருந்து தமிழ்நாட்டுக்கு

விருதுநகர், மதுரை என எல்லைகளைத் தாண்டி காமராஜரின் புகழும் பேரும் பரவத் தொடங்கியது. ராமநாதபுரத்திலிருந்து சென்னை மாகாண காங்கிரஸுக்குத் தேர்வு செய்யப்பட்டிருந்த காமராஜர் 1936ல் காரைக்குடியில் நடந்த தமிழ்நாடு காங்கிரஸ் கட்சிக்கான தலைவர் தேர்தலில் அதன் தலைவராகத் தேர்வு செய்யப்பட்ட சத்தியமூர்த்தியால் செயலாளராக நியமனம் செய்யப்பட்டார்.

சத்தியமூர்த்திக்கும் காமராஜருக்கும் இடையேயான நட்பு அலாதியானது. சத்தியமூர்த்தியை காமராஜரின் குருவாக எல்லோரும் சொல்லும் அளவுக்கு அவர்களுக்கிடையே நெருக்கம் இருந்தது. பெரும் புலமையும் ஆங்கில அறிவும் கொண்டிருந்த சத்தியமூர்த்தி காமராஜரை கலந்தாலோசிக்காமல் எதையும் செய்யமாட்டார். 1936ம் ஆண்டு ராமநாதபுரம் ஜில்லா போர்டு தலைவர் தேர்தலில் தலைமைப் பதவிக்கு குமாரசாமிராஜா போட்டியிட்டார். ஆனால் கட்சியில் பெரும் பாலானவர்கள் அவரை விரும்பவில்லை. இந்த இக்கட்டான நிலையைத் தீர்த்து வைக்கும்படி தலைவராக இருந்த சத்தியமூர்த்திக்குத் தகவல் சொல்லப்பட்டது. அச்சமயத்தில் அவர் தேர்தல் பிரசாரத்துக்காக திருவண்ணாமலையில் இருந்தார். காமராஜரும் அவருடன் இருந்தார். சத்தியமூர்த்தி காமராஜரிடம் நிலைமையை கூறி உன் விருப்பம் என்ன? என்று கேட்டார். குமாரசாமிராஜாவே தலைவராக வரலாம் என்பதே என் எண்ணம் என காமராஜர் கூறினார். உடனே சத்திய மூர்த்தி அங்கிருந்து மதுரை வந்து குமாரசாமிராஜாவுக்கு எதிராக நின்ற வர்களை அழைத்துப் பேசி அவரையே தலைவராகத் தேர்வு செய்யவும் வைத்தார்.

அதேபோல, 1940ம் ஆண்டு தனிப்பட்டோர் சத்தியாகிரகம் தொடங்கு வதற்கு முன் ஆங்கிலேய அரசு சத்தியமூர்த்திக்கு சென்னை பல்கலைக் கழகத் துணைவேந்தர் பதவியைக் கொடுக்க முன் வந்தது. அது பற்றி

காங்கிரஸில் இருந்த சில தலைவர்களை அணுகி சத்தியமூர்த்தி கருத்து கேட்டபோது ஏற்றுக்கொள்ளச் சொல்லி பலரும் சொன்னார்கள். ஆயினும் காமராஜரின் கருத்தைக் கேட்டறிய விரும்பினார் சத்திய மூர்த்தி. காமராஜர் அளித்த பதில் இது. 'இப்பொழுது உள்ள நிலையில் இதை நீங்கள் ஏற்றுக்கொள்வது எனக்குச் சரியாகப்படவில்லை. காரணம் இப்போது நடக்கும் இந்த ஆங்கிலேயே ஆட்சிக்கு எதிராக நாம் இயக்கம் நடத்திக் கொண்டிருக்கிறோம். இவர்கள்மூலம் இந்தப் பதவி கிடைப்பதைவிட நம்முடைய அரசாங்கம் அமைந்து அதன் மூலம் பதவி தங்களுக்கு வந்தால் அதுதான் நமக்கு பெருமை.' உடனே மறுப்பேதுமின்றி அந்தப் பதவியை சத்தியமூர்த்தி ஏற்க மறுத்து விட்டார். சத்தியமூர்த்தியின் வளர்ச்சியை அப்போது தடுத்து நிறுத்து வதில் ராஜாஜி தீவிரமாகச் செயல்பட்டதால் தமிழக காங்கிரஸில் சத்தியமூர்த்தி கோஷ்டி, ராஜாஜி கோஷ்டி என்ற இரு பிரிவுகள் இருந்து வந்தன. இந்தக் கோஷ்டிப் பூசலில் சத்தியமூர்த்தியின் வெள்ளை மனதைப் பயன்படுத்தி அரசியல் சூழ்ச்சிகளில் எவரும் சிக்க வைத்து விடாதபடி காமராஜர் அவரைப் பல நேரங்களில் காத்து நின்றார்.

முதன்முதலில் 1919ல் விருதுநகரில் நடந்த ஒரு பொதுக்கூட்டத்தில் பேச வந்த சத்தியமூர்த்தியை அருகில் கண்டு பேசமுடியாத சாதாரண தொண்டனாக இருந்த காமராஜர் அதன்பின் நான்கு வருடம் கழித்து அவரோடு நெருங்கி பழகவும், பேசவும் வாய்ப்பைப் பெற்றார். 1922ம் ஆண்டு கயாவில் நடந்த காங்கிரஸ் மாநாட்டில் சட்டசபைக்கு போட்டி யிடுவதா அல்லது புறக்கணிப்பதா? என்பதில் தலைவர்களுக்கிடையே கருத்து வேறுபாடு நிலவியது. போட்டியிட வேண்டும் என கூறிவந்த சி.ஆர். தாஸ் பக்கம் சத்தியமூர்த்தியும், புறக்கணிக்கவேண்டும் என கூறிவந்த காந்தியடிகளின் பக்கம் ராஜாஜியும் நின்றனர். வாக்கெடுப்பில் சி.ஆர். தாசால் கொண்டுவரப்பட்ட தீர்மானம் தோல்வியடைய சத்திய மூர்த்திக்கும், ராஜாஜிக்குமான கருத்து மோதல் வெளிப்படையாகவே தெரியத் தொடங்கியது. அதன்பின் 1931ல் நடந்த தமிழ்நாடு காங்கிரஸ் கமிட்டி தலைவர் தேர்தலில் தலைவராக ராஜாஜியும், துணைத் தலைவ ராக சத்தியமூர்த்தியும் தேர்ந்தெடுக்கப்பட்டனர். காரியக்கமிட்டியில் சத்தியமூர்த்திக்குப் பெரும்பான்மை உறுப்பினர்களின் பலத்தைப் பெற்றுக் கொடுப்பதில் காமராஜர் பெரும் பங்காற்றினார். முதன் முதலாக காமராஜர் அப்போதுதான் காரியக்கமிட்டி உறுப்பினரானார்.

1934ல் வடக்கு பிகாரில் நிகழ்ந்த பூகம்பத்தால் பாதிக்கப்பட்ட மக்களுக்குத் தமிழ்நாட்டிலிருந்து காமராஜர் நிதிவசூல் செய்து அனுப் பினார். அதே ஆண்டு மத்திய சட்டசபைக்கு நடந்த தேர்தலில் காங்கிரஸ் கட்சியும் கலந்து கொண்டது. ஏ. ராமசாமி முதலியாரை எதிர்த்து நின்ற சத்தியமூர்த்தியின் வெற்றிக்கும் கட்சியின் வெற்றிக்கும்

காமராஜர் பாடுபட்டார். சத்தியமூர்த்தியின் வற்புறுத்தலின்பேரில் லட்சு
மணபுரி காங்கிரஸ் மகாசபைக்கு தன்னோடு வந்திருந்த காமராஜரை
மத்திய சட்டசபை உறுப்பினர்களிடம் 'என்னுடைய நண்பராக மட்டு
மல்ல வழிகாட்டியாகவும் இருப்பவர்' என்று சத்தியமூர்த்தி அறிமுகம்
செய்து வைத்தார்.

இப்படி சத்தியமூர்த்திக்கு நெருக்கமானவராக மாறிய காமராஜர்
அவருடன் சேர்ந்து காங்கிரஸ் பிரசார கூட்டங்களுக்கு தமிழ்நாடு
முழுவதும் பயணம் செய்தார். அந்த இணைவுப் பயணம் தொய்வின்றி
தொடரும் விதமாகவே தான் தலைவரானதும் காமராஜரை கட்சியின்
செயலாளராக ஆக்கி தன்னருகிலேயே சத்தியமூர்த்தி வைத்துக்
கொண்டார்.

முன்பு இருந்ததைவிட காங்கிரஸ் கட்சிக்கு மக்களிடம் செல்வாக்கு
பெருகி வருவதை அறிந்திருந்த ஆங்கிலேய அரசாங்கம் அதற்கு எதிராக
ஏதாவது செய்யவேண்டும், மக்கள் மத்தியில் காங்கிரசின் வளர்ச்சியை
மட்டுப்படுத்தவேண்டும் என நினைத்தது. சென்னை மாகாணத்தில்
அப்போது நீதிக்கட்சியின் ஆட்சி நடைபெற்றுவந்த நிலையில் 1937ம்
ஆண்டு நாடெங்கும் சட்டசபைத் தேர்தல்கள் அறிவிக்கப்பட்டன. உயர்
பதவிகளை கொடுத்து நீதிக்கட்சியினரைத் தன் வசப்படுத்தி அதன்
மூலம் காங்கிரசை வீழ்த்த ஆங்கிலேய அரசு திட்டமிட்டது. அதற்கு
ஏதுவாக சென்னை மாகாணத்தில் முதலில் தேர்தலை நடத்தி காங்கிரசை
தோற்கடித்துவிட்டால் அதையே காரணமாகக் காட்டி இந்தியா முழு
வதும் காங்கிரசை தோற்கடித்துவிடலாம் என நினைத்த ஆங்கிலேய
அரசாங்கம் அதற்கான வேலைகளையும் முடுக்கிவிட்டது.

அப்போதைய வரைவுப்படி சாத்தூர் தொகுதியில் விருதுநகர் அடங்கி
இருந்தது. அதன் பொதுத் தொகுதியில் நீதிக்கட்சியின் சார்பில் விருது
நகரில் மிகுந்த செல்வாக்கு பெற்றவராக இருந்த வி.வி. ராமசாமி
நாடார் போட்டியிட்டார். யானையை யானையால் தான் வீழ்த்த முடியும்
என முடிவுசெய்த காங்கிரஸ் கட்சி பல்வேறு யோசனைகளுக்குப் பின்
காங்கிரஸ் வேட்பாளராக காமராஜரைக் களமிறக்கியது. நாளாக,
நாளாக காமராஜருக்குச் செல்வாக்கு பெருகி வருவதைக் கண்ட வி.வி.
ராமசாமி நாடார் தேர்தலுக்கு முன் தாமாகவே போட்டியிலிருந்து
விலகிக் கொண்டபோதும் அத்தொகுதியில் தேர்தல் நடைபெற்றது.
எல்லாக் கட்சிகளும் தொகுதி முழுக்கக் கடுமையான பிரசாரங்களை
மேற்கொண்டிருந்தன. பசும்பொன் முத்துராமலிங்க தேவர் உள்ளிட்ட
தலைவர்கள் காமராஜருக்காகப் பிரசாரங்களில் ஈடுபட்டனர். பிற
தலைவர்களின் ஆதரவு, ஓய்வில்லா பிரசாரங்கள், தொடர் கூட்டங்கள்
மூலம் காமராஜர் வெற்றி பெற்றார். அவருடைய வெற்றியைப்

பொறுக்கமுடியாத நீதிக்கட்சியினர் அப்போது நடந்த வெற்றிவிழா ஊர்வலத்தில் காமராஜர்மீது திராவகத்தை வீசும் முயற்சிகளில் இறங்கினர்.

சென்னை மாகாணத்துக்காக நடந்த அந்தத் தேர்தலில் காங்கிரஸ் காரர்களே நம்பமுடியாத அளவுக்கு காங்கிரஸ் கட்சி வெற்றிபெற்றது. இத்தேர்தலில் சத்தியமூர்த்தி போட்டியிட்டு வெற்றி பெற்று அவரே மந்திரிசபை அமைப்பார் என பலரும் எதிர்பார்த்திருந்தனர். ஆனால், ராஜாஜி கேட்டுக்கொண்டதாலும், ராஜாஜி முதலமைச்சராக வர வேண்டும் என சத்தியமூர்த்தி விரும்பியதாலும் தான் போட்டியிடுவதாக இருந்த பல்கலைக்கழகச்சாலை தொகுதியை சத்தியமூர்த்தி அவருக்காக விட்டுக் கொடுத்தார். சத்தியமூர்த்தியை மேல்சபை உறுப்பினராகவும், அமைச்சராகவும் ஆக்கவேண்டும் என்ற மக்களின் விருப்பத்துக்கு ஆரம் பத்தில் சம்மதித்திருந்த ராஜாஜி முதலமைச்சரானதும் அப்படிச் செய்ய வில்லை. ராஜாஜியின் இந்த ஏமாற்றுச் செயலால் 'காங்கிரஸ்காரர்களை எந்த போலீஸ்காரர்கள் தடியால் அடித்தார்களோ அதே போலீஸ் காரர்களை கதர் குல்லாவுக்குச் சலாம் போடும்படி வைக்கிறேன்' என அடிக்கடி பொதுக்கூட்டங்களில் பேசிவந்த சத்தியமூர்த்தியின் ஆசை நிறைவேறாமலே போய்விட்டதே என்று காமராஜர் வருத்தப்பட்டார். ராஜாஜியின் செயலைக் கண்டு மனம் நொந்த காமராஜர் சட்டசபை நிகழ்வுகளில் அதிக ஆர்வம் காட்டாமல் இருந்தார். அமைச்சரவை ராஜாஜியின் ஆட்களால் நிரம்பி வழிந்தது. இதனால் குழுக்களாக இயங்கும் மனப்போக்கு காங்கிரஸ் கட்சிக்குள் முன்பைவிட அதிகமாகப் பரவ ஆரம்பித்தது.

அதே ஆண்டில் விருதுநகர் நகரசபைக்குத் தேர்தல் நடந்தது. ஆங்கி லேய அரசுக்கு வரிசெலுத்துபவர்களே ஊராட்சி, நகராட்சி, மாவட்ட நிர்வாகக் குழு தேர்தல்களில் போட்டியிடமுடியும் என்ற தேர்தல் விதிமுறை இருந்ததால் காமராஜரால் போட்டிப் போட முடியாத நிலை இருந்தது. இன்று வட்டச் செயலாளர்களுக்கே வானளாவிய கட்டடங்கள் சொந்தமாக இருக்கும் நிலையில் இரண்டு பதவிகளில் இருந்தும் அரசுக்கு வரி கட்டக் கூடிய அளவுக்கு காமராஜரிடம் எந்தப் பொருளும் இருக்கவில்லை. இதையறிந்த பசும்பொன் முத்துராமலிங்க தேவர் ஏற்பாட்டின் பெயரில் ஒரு ஆட்டுக்குட்டி வாங்கி அதற்கு காமராஜர் பெயரில் வரிகட்டி காங்கிரஸ் கட்சியின் நகரசபை வேட் பாளராகக் களமிறக்கப்பட்டார். வரமாட்டார் என நினைத்திருந்த வேளையில் வேட்பாளராகவே களத்தில் காமராஜர் இறங்கிவிட்டார் என்பதையறிந்த நீதிக்கட்சியினர் அவரைக் கடத்திச் சென்றுவிட்டனர். இதையடுத்து விருதுநகர் தேசபந்து மைதானத்தில் அவசரமாகக் கூடிய கண்டன பொதுக்கூட்டத்தில் கலந்துகொண்ட பசும்பொன் முத்துரா

மலிங்க தேவர் விடுத்த கடுமையான எச்சரிக்கைக்குப் பயந்து அந்தக் கூட்டம் முடிவடைவதற்குள்ளாகவே அவர்கள் காமராஜரை விடுவிக்க அவரும் மேடைக்கு வந்து சேர்ந்தார்.

ஏழாவது வார்டு உறுப்பினராகத் தேர்ந்தெடுக்கப்பட்ட காமராஜரையே நகரசபை தலைவராக தேர்வு செய்ய பெரும்பான்மை பெற்றிருந்த காங்கிரஸ் கவுன்சிலர்கள் முடிவு செய்தனர். ஆனால் நகரசபைத் தலைவர் பொறுப்பில் இருப்பவர் உள்ளூரிலேயே இருந்து நிறை, குறைகளைக் கவனித்து வர வேண்டும். நான் அடிக்கடி வெளியூர் களுக்கு செல்ல வேண்டியிருக்கும். அதனால் இந்த பொறுப்பில் இருந்து கொண்டு என்னால் சிறப்பாக செயல்பட முடியாது என சொல்லி நகரசபைத் தலைவர் பொறுப்பை ஏற்க மறுத்துவிட்டார்.

வருடா வருடம் நடைபெறும் தமிழக காங்கிரஸ் கட்சித் தலை வருக்கான போட்டியில் 1937ம் வருடம் வெற்றி கண்டிருந்த ராஜாஜி அதற்கடுத்த ஆண்டும் தேர்வு செய்யப்பட்டார். 1938ம் வருடமும் ராஜாஜியின் கையே கட்சியிலும், ஆட்சியிலும் ஓங்கி இருந்தது. 1939ம் வருடம் நடந்த தேர்தலில் தலைவர் பதவிக்குப் போட்டியிட்ட சத்திய மூர்த்தி ஓமந்தூர் இராமசாமி ரெட்டியாரிடம் தோற்றுப்போனார். கட்சிக்குள் வகுப்புவாதம் தலைதூக்கிவிட்ட நிலையில் இனி தன்னால் வெற்றி பெறமுடியாது என நினைத்த சத்தியமூர்த்தி மனம் வெறுத்து போய் ‘அடுத்த வருடம் நடக்கும் தலைவர் பதவிக்கான தேர்தலில் உன்னையே வேட்பாளராக நிறுத்தப் போகிறேன். முள்ளை முள்ளால் தான் எடுக்கவேண்டும். தலைதூக்கி ஆடும் வகுப்புவாத மனப் போக்கைத் தடுத்து நிறுத்த இதுதான் ஒரே வழி’ என காமராஜரிடம் சொன்னார். சொன்னபடியே 1940ல் நடந்த தமிழ்நாடு காங்கிரஸ் கட்சிக்கான தலைவர் தேர்தலில் தன் வேட்பாளராக காமராஜரை சத்தியமூர்த்தி அறிவித்தார். ராஜாஜி தன் வேட்பாளராக கோவையைச் சேர்ந்த சி.பி.சுப்பையாவை நிறுத்தினார். அதில் மூன்று ஓட்டுகள் வித்தியாசத்தில் காமராஜர் வெற்றி பெற்று தலைவராகத் தேர்ந்தெடுக் கப்பட்டார். காமராஜரின் வெற்றியை அறிந்து மகிழ்ச்சியடைந்த சத்திய மூர்த்தி காங்கிரஸ் கமிட்டி செயலாளராக மாறி காமராஜருக்கு செயலாள ராக ஆனார். குருவே தன் சீடனுக்கு துணையாக நின்று வழிகாட்டிய அற்புதம் அங்கே நிகழ்ந்தது.

1919ல் கட்சியின் சாதாரண ஊழியனாகத் தொடங்கிய காமராஜரின் பயணம் 1940ல் அதன் தலைமை பீடத்தை அலங்கரிக்கும் உச்சத்துக்கு வந்தது. அந்த உச்சம் காமராஜரின் அடையாளமாக மாறியதைவிட தமிழ்நாடு காங்கிரஸ் கட்சியின் அடையாளமாகவும் மாறிப் போனது.

தலைவர்களைத் தொண்டர்கள் வந்து சந்திப்பதுதான் மரபு என அது வரையிலும் இருந்து வந்த பழக்கத்தை உடைத்தெறிந்த காமராஜர் தொண்டர்களையும், மக்களையும் தேடிப் போக ஆரம்பித்தார். சூறாவளி சுற்றுப்பயணங்களால் தமிழகம் முழுக்க வலம் வந்தார். இரண்டாம் உலகப் போர் தொடங்கிய காலகட்டம் அது. மக்களின் கருத்தைக் கேட்காமல் அதில் இந்தியாவை ஈடுபடுத்தியதற்கு எதிர்ப்புத் தெரிவித்து நாடெங்கும் போராட்டங்கள் வெடித்தது. காங்கிரஸ் அரசாங்கங்கள் பதவி விலகின. சுதந்தரம் கொடுக்க உறுதி கொடு. போரில் உனக்கு உதவுகிறோம் என காங்கிரஸ் தலைவர்களும், தேசபக் தர்களும் விடுத்த கோரிக்கையை ஆங்கிலேய அரசு ஏற்க மறுத்தது. போருக்கு வேண்டிய நிதியைச் சேகரிக்க சென்னை கவர்னராக இருந்த ஆர்தர் ஹோப் தமிழ்நாடு முழுவதும் சுற்றுப் பயணம் செய்து கொண்டி ருந்தார். ஒருபக்கம் யுத்த எதிர்ப்பு போராட்டத்தில் காங்கிரஸ் தொண்டர்கள் ஈடுபட்டிருக்க மறுபக்கம் நீதிக்கட்சியும், அதன் வழி வந்த தலைவர்களும் யுத்தநிதி கொடுக்கச் சொல்லி மக்களிடம் பிரசாரம் செய்து கொண்டிருந்தனர். எதற்கும் அஞ்சாத காமராஜர் யுத்த நிதிக்கு சல்லிக்காசு கூட கொடுக்காதீர்கள். அவனைக் காப்பாற்றுவதற்கு நாம் ஏன் பணம் தர வேண்டும் என்று சொல்லி மக்களிடம் பிரசாரம் செய்த தோடு தொண்டர்கள்மூலம் அப்பிரசாரத்தை நாலாபுறமும் முடுக்கி விட்டார்.

ஆங்கிலேய அரசுக்கு எதிர்ப்புத் தெரிவிக்கும் விதமாக காந்தியடிகள் தனிநபர் சத்தியாகிரகத்துக்கு அழைப்பு விடுத்தார். அதில் ஈடுபடு பவர்கள் யாராக இருந்தாலும் காந்தியடிகளின் ஒப்புதலைப் பெற வேண்டும் என காங்கிரஸ் தீர்மானம் நிறைவேற்றியது. அதனால் தமிழ கத்தில் சத்தியாகிரகத்தில் ஈடுபடுபவர்களின் பெயர் பட்டியலை காந்தியடிகளிடம் கொடுத்து ஒப்புதல் பெறுவதற்காக காமராஜர் சேவா கிராமம் நோக்கிப் பயணம் செய்து கொண்டிருந்தார். இதற்கிடையே யுத்த நிதி திரட்ட கிளம்பியிருந்த ஆர்தர் ஹோப்புக்கு அவர் எதிர்பார்த்த படி நிதி சேரவில்லை. காமராஜர்தான் இதற்குக் காரணம் என தெரிந்ததும் அவரைக் கைது செய்து சிறையிலடைக்க உத்தரவிட்டார் ஹோப். அதனால் பயணத்தில் இருந்த காமராஜரைப் பாதியிலேயே மடக்கி குண்டூரில் வைத்து கைது செய்து கொண்டுவந்து வேலூர் சிறையிலடைத்தனர்.

31 மே 1941 அன்று விருதுநகர் நகரசபைத் தலைவருக்கான தேர்தல் வந்தது. அதில் போட்டியிட தன் நண்பர்கள் அனைவரும் வற்புறுத்தவே காமராஜர் சிறையில் இருந்தபடியே போட்டியிட்டு வெற்றி பெற்றார். தலைவராகத் தேர்வு செய்யப்பட்டு ஏறக்குறைய ஒன்பது மாதங்கள் முடிந்த நிலையில் 1942 மார்ச் மாதம் ஒன்பதாம் தேதி

காமராஜர் விடுதலை செய்யப்பட்டார். அதன்பின் நகரசபை கூட்டத் துக்கு வந்து முதல் தீர்மானம் நிறைவேறும்வரை மட்டும் தலைவராக இருந்தவர் தன்னை நகரசபைத் தலைவராகத் தேர்வு செய்ததற்கு நன்றி தெரிவித்த கையோடு கட்சிப் பணிக்காக நகரசபைத் தலைவர் பதவியை ராஜினாமா செய்வதாகக் கூறி கையோடு கொண்டு வந்திருந்த ராஜினாமா கடிதத்தைத் துணைத்தலைவரிடம் கொடுத்துவிட்டு வெளியேறினார்.

முன்னுதாரணமாக இருப்பதுதான் தலைவனுக்கு அடையாளம் என்பதை வாழ்நாள் முழுக்கத் தன் நடவடிக்கைகளின் வழி சொல்லியும், செய்து காட்டியும் வந்த காமராஜர் அதை எவருக்காகவும், எதற்காகவும் விட்டுத் தராதவராக இருந்தார். தனக்குக் குருவாக எல்லோராலும் அடையாளப்படுத்தப்பட்ட சத்தியமூர்த்திகூட இதற்கு விதிவிலக்கானவர் அல்ல என தன் நடவடிக்கையால் வெளிக் காட்டியவர் காமராஜர்.

1940ம் ஆண்டு தமிழ்நாடு காங்கிரஸ் கமிட்டியின் தலைவராக காமராஜர் இருந்தபோது சென்னை நகரின் மேயராக சத்தியமூர்த்தி இருந்தார். அப்போது சென்னை கவர்னராக இருந்த ஆர்தர் ஹோப் அடிக்கல் நாட்டிய பூண்டி நீர்த்தேக்க விழாவில் மேயர் என்ற முறையில் சத்திய மூர்த்தியும் கலந்துகொண்டார். ஆங்கிலேயர்கள் பங்கு கொள்ளும் விழாக்களில் காங்கிரஸ்காரர்கள் கலந்துகொள்ளக்கூடாது என்ற காங்கிரஸின் மேலிட உத்தரவை மீறி அதில் சத்தியமூர்த்தி கலந்து கொண்டார். இந்தச் செய்தியை அறிந்த காமராஜர் தாம் மிகவும் மதிப் பவர், தன்னுடைய குரு, அவரிடம் எப்படி போய் விளக்கம் கேட்பது என்றெல்லாம் கொஞ்சமும் யோசிக்கவில்லை. தலைவர் என்ற முறையில் கட்சிக் கட்டுப்பாட்டை மீறியதற்காக சத்தியமூர்த்தியை அழைத்து விளக்கம் கேட்ட கையோடு அவரே ஆச்சரியப்படும் விதமாக மன்னிப்புக் கடிதம் தரும்படி கேட்டுப் பெற்றுக்கொண்டார்.

4

ஆகஸ்ட் புரட்சியும் சிறை வாழ்வும்

இரண்டாம் உலகப் போரின் போக்கு ஆங்கிலேயர்களுக்குப் பாதகமாக அமைய ஆங்கிலேய அரசு இந்தியர்களோடு இணக்கம் காட்ட விரும்பியது. எனவே சில சமரச திட்டங்களோடு கிரிப்ஸ் என்ற ஆங்கிலேயர் தலைமையில் ஒரு தூதுக் குழுவை இந்தியாவுக்கு அனுப்பியது. கிரிப்ஸ் இந்தியா வந்ததும் காந்தியடிகள், நேரு ஆகியோரைச் சந்தித்தார். இந்தக் காலகட்டத்தில்தான் முஸ்லீம்கள் அதிகம் வாழும் பகுதிகளைத் தனியாகப் பிரித்து தனிநாடாகத் தர வேண்டும் என ஜின்னா முழக்கமிட்டு வந்தார். பாகிஸ்தான் பிரிவினை கோரிக்கை வலுவாக இருந்த நிலையில் அதற்கு இன்னும் ஊட்ட மளிக்கும் வகையில் இந்தியக் கூட்டாட்சியில் சேர விரும்பாத மாகாணங்களும் சமஸ்தானங்களும் ஒதுங்கியே இருக்கலாம் என்று இருந்த கிரிப்ஸின் சமரசத் திட்டத்தை இந்தியத் தலைவர்கள் ஏற்க மறுத்தனர். ஆனால் ராஜாஜி பாகிஸ்தான் பிரிவினைக்கு ஆதரவாக வெளிப்படையாகவே பிரசாரம் செய்து வந்தார்.

1942ம் ஆண்டு மே மாதம் அலகாபாத்தில் கூடிய அகில இந்திய காங்கிரஸ் மாநாட்டில் கட்சியின் பெரும்பான்மைக்கு எதிராக பாகிஸ்தான் பிரிவினையை ஏற்கும் தீர்மானத்தை அவர் கொண்டு வந்தார். அந்தத் தீர்மானம் வெறும் பதினைந்து ஓட்டுகள் மட்டுமே பெற்று தோல்விய டைந்ததால் ராஜாஜி காரியக் கமிட்டியிலிருந்தும், அகில இந்திய காங்கிரஸ் கட்சியில் இருந்தும் வெளியேறினார். அலகாபாத்திலிருந்து திரும்பிய பின்னும் தொடர்ந்து பாகிஸ்தான் பிரிவினைக்கு ஆதரவான தன்னுடைய போராட்டம் நீடிக்கும் என அறிவித்ததால் காங்கிரசின் உறுப்பினர் பதவி, சட்டசபை உறுப்பினர் பதவி இரண்டையும் ராஜினாமா செய்யும்படி காந்தியடிகள் அவருக்குக் கடிதம் எழுதினார். கட்சிக்கு எதிரான அவருடைய செயல்பாடுகளால் கட்சிக்குள்ளும் வெளியிலும் பெரிய அளவில் எதிர்ப்புகள் கிளம்ப ஆரம்பித்ததால் ஆத்திரம் கொண்ட ராஜாஜி தன்னுடைய எல்லாப் பதவிகளையும் ராஜினாமா செய்தார்.

இந்த இக்கட்டான சூழலில் 1942 ஆகஸ்ட் 8 ம் தேதி பம்பாய் நகரில் அடுத்தக்கட்ட போராட்டம் குறித்து ஆராய காங்கிரசின் காரிய கமிட்டி கூடியது. இந்திய விடுதலையை ஒரு மாற்றுப் பாதைக்குச் செலுத்திய இந்தக் காரிய கமிட்டி கூட்டத்தில் கலந்துகொள்வதற்காக நாட்டின் பல பகுதிகளிலிருந்தும் தலைவர்கள் வந்திருந்தனர். தமிழகத்தின் சார்பில் அக்கூட்டத்தில் சத்தியமூர்த்தி, எம். பக்தவச்சலம் உள்ளிட்ட முப்பதுக்கும் மேற்பட்டவர்களோடு காமராஜரும் கலந்துகொண்டார். காந்தி, படேல், நேரு ஆகிய தலைவர்கள் அடுத்து என்ன முடிவெடுக்கப் போகிறார்கள் என அறிய நாடே காத்துக்கிடந்தது.

செய் அல்லது செத்துமடி என்ற உறுதியோடு போராடத் தயாராகுங்கள் என அறைகூவல் விடுத்த காந்தியடிகளின் விருப்பப்படி வெள்ளையனே வெளியேறு என்ற கோஷத்தோடு மாநாட்டுத் தீர்மானத்தை நேரு முன்மொழிந்தார். அடுத்த நிமிடமே அது அனலாக மாறி நாடெங்கும் தன் வெப்பக்கதிரை அள்ளிச்சென்றது. தங்களுடைய சாம்ராஜ்ஜியத்துக்கே வேட்டு வைக்கும் வேலையை இந்தியத் தலைவர்கள் ஆரம்பித்து வைத்து விட்டார்கள் என நினைத்த ஆங்கிலேய அரசு உடனடியாகத் தலைவர்களைக் கைது செய்யும் ஆணையைப் பிறப்பித்தது. மறுநாள் அதிகாலை ஐந்து மணிக்கெல்லாம் காந்தியடிகள் உள்ளிட்ட முக்கியத் தலைவர்கள் கைது செய்யப்பட்டு வெவ்வேறு சிறைகளில் அடைக்கப் பட்டனர். இதனால் பம்பாய் நகரமே கொதித்து நின்றது. கைது செய்த தலைவர்கள் போக எஞ்சிய தலைவர்களில் யார் யாரையெல்லாம் கைது செய்வது? எங்கு வைத்து கைது செய்வது? என்ற பட்டியலைத் தயார் செய்த ஆங்கிலேய அரசு அதை உடனடியாக அனைத்து காவல் நிலையங் களுக்கும் அனுப்பி நடவடிக்கை எடுக்க ஆணையிட்டது. பம்பாய் மாநாட்டுக்குச் சென்று விட்டு தத்தம் பகுதிகளுக்குத் திரும்பிக் கொண்டிருந்த தலைவர்கள் ரயில் நிலையங்களிலேயே தடுக்கப்பட்டு கைது செய்யப்பட்டனர். அந்த நடவடிக்கைக்கு தமிழக தலைவர்களும் தப்பவில்லை. சத்தியமூர்த்தி உள்ளிட்ட தலைவர்கள் கைது செய்யப்பட்டு சிறையில் அடைக்கப்பட்டனர். ஆனால் கர்மவீரர் காமராஜர் மட்டும் அதிலிருந்து தந்திரமாகத் தப்பினார்.

நாடு முழுக்கத் தலைவர்கள் கைது செய்யப்பட்டு வரும் செய்தியை முன்கூட்டியே அறிந்த காமராஜர் தொண்டர்களிடம் காந்தியடிகளின் திட்டத்தை எடுத்துக்கூறாமல் காவல்துறையினரிடம் சிக்கிவிடக்கூடாது என்பதில் கவனமாக இருந்தார். தன்னோடு கொண்டு வந்திருந்த பம்பாய் மாநாட்டுத் தீர்மான நகல்களைத் தொண்டர்கள் கையில் ஒப்படைத்து அவர்களை வெள்ளையனே வெளியேறு போராட்டக் களத்துக்குத் தயாராக்கிவிட்டுதான் மறு வேலை என முடிவு செய்தார். பம்பாயிலிருந்து வரும் தமிழகத் தலைவர்களை ரயில் நிலையத்தி

லேயே தடுத்து கைது செய்யும் நோக்கில் காவல்துறையினர் ரயில் நிலையங்களில் பெருமளவில் குவிக்கப்பட்டிருந்தனர். ரயில் சென்னையை அடைவதற்கு முன் அரக்கோணம் நிலைய சந்திப்பில் நின்றதும் தன் கையிலிருந்த துண்டை தலையில் கட்டிக் கொண்டு அங்கு காத்திருந்த காவல்துறையினருக்கு சந்தேகம் வராதபடி ஒரு விவ சாயியைப் போல பாவனை செய்தபடி மாநாட்டுத் தீர்மான நகல்களின் மூட்டையோடு அங்கிருந்து தப்பினார்.

நேராக ராணிப்பேட்டைக்கு வந்து அங்கிருக்கும் மாகாண காங்கிரஸ் கமிட்டி உறுப்பினரும், தன் நண்பருமான கே.ஆர். கல்யாணராம ஐயரின் வீட்டுக்குச் சென்றார். அவரோடு அடுத்தகட்ட நடவடிக்கைகள் குறித்து விவாதித்த பின் பாதுகாப்பு கருதி அன்றிரவு கல்யாணராம ஐயரின் ஏற்பாட்டில் ஜனாப் சுலைமான் என்பவரின் தோட்டத்தில் தங்கினார். காமராஜர் வந்திருப்பதை அறிந்த காங்கிரஸ் தொண்டர்களும், தேச பக்தர்களும் ரகசியமாக வந்து அவரைச் சந்தித்தனர். அவர்களிடம் மாநாட்டுத் தீர்மானங்களைக் கொடுத்து நடத்த வேண்டிய போராட் டங்கள் பற்றி விளக்கிச் சொன்னார். அன்று மாலையில் காமராஜரும், கல்யாணராம ஐயரும் முன்பே திட்டமிட்டபடி கண்ணமங்கலம் ரயில் நிலையத்துக்கு வந்து ரயிலேறினர். அங்கிருந்து திருவண்ணாமலை, விழுப்புரம், தஞ்சாவூர், திருச்சி, மதுரை, ராமநாதபுரம் என எங்கும் காவல் துறையினர் விரித்து வைத்திருந்த வலையில் சிக்காமல் சந்திக்க வேண்டிய வர்களைச் சந்தித்து விவரங்களைச் சொல்லிய பின் காமராஜர் விருதுநகர் செல்வதற்காகவும், கல்யாணராம ஐயர் திருநெல்வேலி சென்று காங்கிரஸ் தொண்டர்களை சந்திப்பதற்காகவும் மாநாட்டுத் தீர்மான நகல் களோடு ஆளுக்கொரு திசையில் தனித்தனியாகப் பிரிந்தனர். வேலை களை முடித்துவிட்டு ராணிப்பேட்டைக்குத் திரும்பிய கல்யாணராம ஐயரைக் காவல் துறை கைது செய்து வேலூர் சிறையில் அடைத்தது.

ஐயரைப் பிடித்துவிட்ட காவல் துறை காமராஜருக்காக வலை விரித்து காத்திருக்க மதுரையிலிருந்து ரயில்மூலம் விருதுநகருக்கு வந்தவர் நேராக அங்கு செல்லாமல் இரண்டு மைல் தொலைவுக்கு முன் இருக்கக்கூடிய ரெட்டியார்பட்டி என்ற ஊரில் இறங்கிக்கொண்டார். அங்கிருந்த தன் நண்பருக்குத் தகவல் சொல்லியனுப்பி அவருடைய வண்டியில் விருது நகர் போய் சேர்ந்தார். இதில் என்ன சிறப்பு என்றால் காமராஜர் வீட்டுக்குப் போகின்ற வழியில் அதே தெருவில்தான் காவல் நிலையமும் இருந்தது!

இதற்கிடையில் அரியலூரில் ரகசியமாக காங்கிரஸ் மாநாடு நடக்கப் போவதாக தகவல் அறிந்த காவல்துறையினர் அதில் கலந்துகொள்ள நிச்சயம் காமராஜர் வருவார் என்ற நினைப்பில் கைது ஆணையோடு அங்கு கிளம்பிச் சென்றனர். ஆனால் காமராஜரோ இரவோடு இரவாக

வீட்டுக்கு வந்து தன் அம்மாவைச் சந்தித்து பேசிக்கொண்டிருந்துவிட்டு நிம்மதியாகத் தூங்கி எழுந்தார். காலையில் எழுந்ததும் தன் நண்பர் ஜெயராம் ரெட்டியார்மூலம் நான் வீட்டில்தான் இருக்கிறேன். வந்து கைது செய்து கொண்டு போங்கள் என காவல் நிலையத்துக்குத் தகவல் சொல்லி அனுப்பினார். தகவல் கிடைக்கப்பெற்றதும் எழுத்தச்சன் என்ற சப் இன்ஸ்பெக்டர் காமராஜர் வீட்டுக்கு வந்தார். மிகச்சிறந்த தேசப்பற்றாளரான எழுத்தச்சன், 'உங்கள் கைது ஆணையோடு அரியலூருக்கு போயிருப்பவர்கள் திரும்பி வரும் வரை நீங்கள் ஓய்வு எடுத்துக் கொள்ளுங்கள்' என காமராஜரிடம் சொன்னார். அதற்கு அவர் 'என் வேலையெல்லாம் முடிந்துவிட்டது. இனி நான் வெளியில் இருந்து ஒன்றும் ஆகப் போவதில்லை. அதனால் கைது செய்து கொண்டு போங்கள்' என்றார்.

கைது செய்யப்பட்ட காமராஜர் பாதுகாப்பு கைதியாக வேலூர் சிறையில் அடைக்கப்பட்டார். அங்கிருந்து அகில இந்திய காங்கிரஸ் கட்சித் தலைவர்கள் சிலரை அடைத்து வைத்திருந்த அமராவதி சிறைக்கு மாற்றினர். அங்கிருந்து மீண்டும் வேலூருக்கே கொண்டு வந்தனர். சுமார் மூன்றாண்டு காலம் எந்தவித விசாரணையுமின்றி காமராஜர் சிறையில் அடைக்கப்பட்டிருந்தார்.

1945ல் இரண்டாம் உலகப் போரில் ஆங்கிலேயர்கள் வெற்றி பெற்றதையடுத்து பாதுகாப்பு கைதிகள் அனைவரையும் ஆங்கிலேய அரசு விடுதலை செய்தபோது காமராஜரின் விடுதலையும் உறுதியானது.

காமராஜர் சிறையிலிருந்தபோது சத்தியமூர்த்தி மறைந்தார். கட்சியிலோ ராஜாஜிக்கு ஆதரவாகவும், எதிராகவும் நின்றவர்கள் காமராஜரைத் தங்கள் பக்கம் இழுத்துக் கொள்ள வேண்டும் என்பதில் தீவிர முனைப்பு காட்டினர். இந்த நிலையில் 1945 ஜூலை மாதம் சிறைவாசத்தைவிட்டு வெளியே வந்த காமராஜரை மக்கள் ஏகோபித்த வரவேற்புடன் அழைத்துச் சென்றனர். காமராஜரின் வாழ்வில் கடைசி சிறைவாசமாக இது அமைய அவருடைய செல்வாக்கோ மக்கள் மத்தியிலும், கட்சியினர் மத்தியிலும் வெகுவாக உயர்ந்து நின்றது.

ஆகஸ்ட் புரட்சியின் எதிரொலியாகத் தலைவர்களைக் கைது செய்து சிறையிலடைத்த ஆங்கிலேய அரசு காங்கிரஸ் கட்சிக்கும் தடைவிதித்து அதன் செயல்பாட்டை முடக்கியது. மீண்டும் காங்கிரசுக்குள் நுழைய முடியாத அளவுக்கு ராஜாஜிக்குப் பலமான எதிர்ப்புணர்வு நிலவி வந்ததால் சிறையிலிருந்து வெளியில் வரும் வரை தமிழ்நாடு காங்கிரஸ் கட்சித் தலைவராக காமராஜரே இருந்து வந்தார்.

5

பெருந்தன்மையும் அஞ்சாமையும்

கட்சியிலிருந்தும் கட்சித் தொண்டர்களிடமிருந்தும் தன் நடவடிக்கைகளின் காரணமாக ஓரம் கட்டப்பட்டிருந்த ராஜாஜி மீண்டும் கட்சிக்குள் நுழைய ஆர்வம் கொண்டிருந்தார். அதற்கான வாய்ப்புகள் குறைவாக இருந்த நிலையில் 1945ம் ஆண்டு ஆகஸ்ட் மாதம் திருச்செங்கோடு தொகுதியிலிருந்து காங்கிரஸ் கமிட்டிக்கு ராஜாஜி தேர்வு செய்யப்பட்டிருப்பதாக வெளிவந்த செய்தி மீண்டும் கட்சிக்குள் பெரும் அதிருப்தியை ஏற்படுத்தியது. ஆகஸ்ட் புரட்சியின் காரணமாக காங்கிரஸ் கட்சி தடை செய்யப்பட்டிருந்த வேளையில் அதன் தலைவரான காமராஜருக்குத் தெரியாமல் தேர்தலா?

இங்கு நம்முடைய சால்ஜாப்பு செல்லுபடியாகாது என்பதை உணர்ந்த ராஜாஜி தன்னுடைய மேலிடச் செல்வாக்கைப் பயன்படுத்தி அப்போதைய அகில இந்திய காங்கிரஸ் கட்சித் தலைவராக இருந்த ஆசாத் மூலமாக காங்கிரஸ் கட்சியில் தான் உறுப்பினராகிவிட்டதாக அறிவிக்கச் சொன்னார். ராஜாஜியின் வேண்டுகோளை ஏற்று அவரும் காங்கிரஸ் தடை செய்யப்பட்டிருந்த சமயத்தில் ராஜாஜி உறுப்பினராகச் சேர்த்துக் கொள்ளப்பட்டதாக ஓர் அறிக்கையைத் தமிழக காங்கிரஸ் தலைமைக்கு அனுப்பிவைத்தார். இந்த நிலையில் தமிழ்நாடு காங்கிரஸ் கமிட்டிக் கூட்டம் 1945ம் ஆண்டு அக்டோபர் மாதம் 31ம் தேதி மதுரையில் நடைபெற இருந்தது. இந்தக் கூட்டத்தில்தான் பார்லிமெண்டரி கமிட்டியையும் தேர்ந்தெடுக்கவேண்டும். அந்தக் கமிட்டி தான் சட்டசபைக்கு போட்டியிடும் வேட்பாளர்களைத் தேர்வு செய்யும் என்பதால் இதில் எப்படியும் கலந்துகொள்ள வேண்டுமென ராஜாஜி விரும்பினார். திட்டமிடப்படும் காங்கிரசின் வேலைகளில் ராஜாஜியையும் இணைக்க வேண்டும் என சொல்லி அவருடைய ஆதரவாளர்கள் எண்பது பேர் கையெழுத்திட்டு ஒரு தீர்மானத்தைத் தமிழ்நாடு காங்கிரஸ் கமிட்டிக்கு அனுப்பி வைத்தனர்.

இக்கூட்டத்துக்கு முந்தைய நாள் திருப்பரங்குன்றத்தில் கட்சி ஊழியர்களின் கூட்டம் ஏற்பாடாகி இருந்தது. அக்கூட்டத்தில் தனக்குக்

கடுமையான எதிர்ப்பு இருந்ததை அறிந்த ராஜாஜி காமராஜரைச் சந்தித்து, 'மதுரை மாநாட்டுக்கு நான் வரலாமா?' என கேட்டார். 'மாநாட்டுக்கு வருவதற்கு என்னிடம் கேட்க வேண்டியதில்லையே. தாராளமாக வரலாமே' என்று காமராஜர் சொன்னதும் 'நீங்கள் அழைத்தால் நான் வருகிறேன்' என்றார். காமராஜரின் இந்த மேலோட்டமான பதிலால் திருப்தியடையாத ராஜாஜி மாநாட்டில் கலந்து கொள்ளவில்லை.

ராஜாஜிக்கு காங்கிரஸ் கட்சியில் தலைமை பொறுப்பு ஏதும் தரக்கூடாது என்பது உள்ளிட்ட தீர்மானத்தோடு, அவருடைய செயல்களுக்குக் கண்டனம் தெரிவித்தும் தீர்மானங்கள் நிறைவேற்றப்பட்டன. ராஜாஜி ஆதரவாளர்களின் கடுமையான எதிர்ப்புகளுக்கிடையே திருச் செங்கோடு தேர்தல் செல்லாது என்ற தீர்மானமும் நிறைவேற்றப் பட்டது. அதன்பின் கட்சியின் தலைவர் என்ற முறையில் பேசிய காம ராஜர், 'காங்கிரசின் தீர்மானங்களை ராஜாஜி ஏற்பதாக இருந்தால் அவருக்கு எதிராக ஒன்றும் சொல்வதற்கு இல்லை. அவரைக் கட்சிக்குள் மீண்டும் வரவேற்பதில் நான் மனத்துக்குள் எதையும் வைத்துக்கொண்டு சொல்வதாக யாரும் நினைக்கக் கூடாது. நடக்க இருக்கும் தேர்தலில் ராஜாஜியின் ஒத்துழைப்பு நமக்குத் தேவை. அதனால் அவரை எதிர்ப்பவர்கள், ஆதரிப்பவர்கள் ஆகிய இருவரும் கொண்டு வந்த தீர்மானங்களை வாபஸ் பெறவேண்டும். இதன்மூலம் எல்லோரும் இணைந்து செயல்படுவதாக உறுதி கொண்டிருப்பதை காட்டவேண்டும் என்று கூறியதோடு திருச்செங்கோடு தேர்தல் செல்லாது' என்றும் அறிவித்தார்.

காமராஜரின் செல்வாக்கை எப்படியும் தடுத்து நிறுத்தியே ஆக வேண்டும் என நினைத்த ராஜாஜியும் அவருடைய ஆதரவாளர்களும் 29 நவம்பர் 1945 அன்று சீர்காழியில் கூடி கல்கத்தாவில் நடைபெற இருந்த அகில இந்திய காங்கிரஸ் காரிய கமிட்டி கூட்டத்துக்கு ஒரு தூதுக்குழுவை அனுப்பி வைக்க முடிவு செய்தனர். அப்படி அனுப்பப்பட்ட குழுவினர் தமிழகத்தைப் பொறுத்தவரை இருக்கின்ற இரு கோஷ்டியில் காமராஜர் கோஷ்டியை விட ராஜாஜி கோஷ்டிக்கே பலம் அதிகமுள்ளதால் பார்லிமெண்ட் போர்டு அமைக்கும் பொறுப்பை காமராஜர் கோஷ்டி வசம் ஒப்படைக்கக்கூடாது என்றும், தமிழகத்தைப் பொறுத்தவரை அதற்கான அதிகாரத்தைத் தமிழ்நாடு காங்கிரஸ் கமிட்டிக்குத் தரக் கூடாது என்றும் கூறினர். இதன் தொடர்ச்சியாக தமிழக நிலைமை குறித்து ஆராய காரிய கமிட்டி உறுப்பினரான ஆசப் அலியை காங்கிரஸ் தலைமை அனுப்பியது. இரு தரப்பு கருத்துகளையும் கேட்ட அவர் தன் அறிக்கையை சர்தார் வல்லபபாய் படேலிடம் சமர்ப்பித்தார். அதனடிப்படையில் காமராஜரிடமும் ராஜாஜியிடமும்

பேசிய படேல், 'பார்லிமெண்ட் போர்டில் மொத்தம் எட்டு பேர் இடம்பெற வேண்டும். தலைவர், துணைத்தலைவர் போக மீதி ஆறுபேரில் மூன்று பேர் தன் ஆதரவாளர்களாகவும், மற்ற மூன்று பேர் ராஜாஜி ஆதரவாளர்களாகவும் இருக்கலாம்' என்ற காமராஜரின் யோசனையை ஏற்க, வேறு வழியின்றி ராஜாஜியும் அதற்கு ஒப்புக்கொண்டார். தமிழ்நாடு காங்கிரஸ் கமிட்டியால் அமைக்கப் பட்ட பார்லிமெண்ட் போர்டில் ராஜாஜிக்கு இடமளிக்கப் படவில்லை. அதில் இடம்பெற்றிருந்தவர்களில் மூவர் ராஜாஜியின் ஆதரவு பெற்றிருந்தனர். ராஜாஜியால் தொடர்ந்து தன் தலை மைக்கும், கட்சிக்கும் சிக்கல்கள் வந்தபோதும் அதைக் காரணம் காட்டி ராஜாஜியை ஒதுக்கிவிடாமல் பெருந்தன்மையோடு நடந்து அவரையும் அரவணைத்துச் செல்லவே காமராஜர் விரும்பினார்.

கட்சியின் நிலைமை இப்படி இருக்க 1946ம் ஆண்டு நடந்த இந்தி பிரசார சபா வெள்ளி விழாவில் கலந்துகொள்ள காந்தியடிகள் தமிழகம் வர இருந்தார். ஆனால் அந்தச் செய்தி தமிழக காங்கிரஸ் தலைவராக இருந்த காமராஜருக்குக்கூட கடைசி நேரத்தில்தான் தெரியவந்தது. காந்தியின் பயண விவரங்கள் காவல்துறையினர் தவிர ராஜாஜி உள்ளிட்ட சிலருக்கு மட்டுமே தெரிந்திருந்தது. ஆனால் ராஜாஜி அதை காமராஜரிடம் தெரிவிக்கவில்லை. காந்தியடிகளின் பயணம் உறுதியானதும் தமிழ்நாட்டில் எங்கு வந்து இறங்குகிறார் என்பதை இந்தியன் எக்ஸ்பிரஸ் பத்திரிக்கை நிருபர்மூலம் அறிந்துகொண்ட காமராஜர் முதல் நபராக நின்று காந்தியடிகளை வரவேற்றார். ஒருவார காலம் சென்னையில் தங்கியிருந்துவிட்டு மதுரை, பழனிக்கு ரயிலில் காந்தியடிகள் யாத்திரை சென்றார். அவரோடு ராஜாஜி உள்ளிட்ட தலைவர்களும் தமிழ்நாடு காங்கிரஸ் கட்சியின் தலைவர் என்ற முறையில் காமராஜரும் சென்றிருந்தனர். ஆரம்பத்திலேயே காமராஜரை காந்தியடிகளிடம் ராஜாஜி அறிமுகப்படுத்தாமல் காலம் தாழ்த்தி அறிமுகப்படுத்தியபோதும் காந்தியடிகள் காமராஜரை அறிந்து வைத்திருந்தார்.

காந்தியடிகள் தன்னுடைய தமிழ்நாட்டு சுற்றுப்பயணத்தை முடித்து விட்டுத் திரும்பியதும் ராஜாஜி மேல் கொண்டிருந்த அன்பின் காரண மாகத் தன்னுடைய ஹரிஜன் இதழில் ராஜாஜிக்கு எதிரானவர்களை 'சிறுகும்பல்' எனும் பொருள் படும்படியாக 'கிளிக்' என்ற வார்த் தையைப் பயன்படுத்தி கட்டுரை ஒன்றை வெளியிட்டார். ராஜாஜியைப் புகழ்ந்தும், அவருடைய செயல்களுக்கு ஆதரவு தெரிவித்தும் காந்தி யடிகளின் கையெழுத்தோடு அக்கட்டுரை வெளிவந்ததும் அனைவரும் திகைத்துப் போயினர். மதுரையில் ராஜாஜிக்கு எதிராகப் பெரிய

ஆர்ப்பாட்டங்களும் கலவரமும் நடந்தது. சர்வோதயம் ஜகன்னாதன் மதுரை கோவில் வாசலில் உண்ணாவிரதம் இருந்தார்.

அகில இந்திய காங்கிரஸ் கமிட்டிக்குத் தமிழக பிரதிநிதியாகச் செல்லும் பெருமை பெற்றிருந்த எஸ்.சீனிவாச ஐயங்கார் 1929ல் காங்கிரசிலிருந்து விலகிவிட்டார். அவரை மீண்டும் காங்கிரசுக்குள் கொண்டுவர வேண்டுமென கட்சியிலிருந்த சிலர் விரும்பி அதற்கான முயற்சிகளில் ஈடுபட்டதோடு காமராஜரின் ஆதரவையும் கேட்டனர். ஆனால் காந்தியை எதிர்ப்பதே தனது லட்சியம் என்று அவர் சொன்னதைக் கேட்டவுடன் காமராஜர் அவரை நிராகரித்துவிட்டார். அதே சமயம், காந்தி உண்மைக்கு மாறாக எழுதியபோது காமராஜர் கண்டிக்கத் தவறவில்லை. 12 பிப்ரவரி 1946 அன்று காமராஜர் வெளியிட்ட அறிக்கையில், 'தமிழ்நாடு காங்கிரஸ் கமிட்டியின் தலைவராக இருப் பவன் என்பதாலும், பார்லிமெண்ட் போர்டை சட்டப்படி அமைத்தது நான்தான் என்பதாலும் காந்தியடிகள் குறிப்பிட்டிருக்கும் அந்த வார்த்தை எனக்கே பொருந்தும். இங்கிருந்த போது அவருடனே இருந்த என்னிடம் தமிழ்நாடு காங்கிரசின் விவகாரங்கள் பற்றி பேசாமல் அங்கு போன பின் கும்பல் என்ற வார்த்தையை பயன்படுத்தியது எனக்கு மிகுந்த மனவேதனையைத் தருகிறது. இந்த பிரச்சனைகளுக்கு காரண மான பார்லிமெண்ட் போர்டிலிருந்து ராஜினாமா செய்வதை தவிர எனக்கு வேறு வழியில்லை. என்னோடு ராஜினாமா செய்ய முடி வெடுத்த நான்கு பேரை தேர்தலுக்கு குறுகியகாலமே இருப்பதால் அவர்களை ராஜினாமா செய்ய வேண்டாம் என கூறி உள்ளேன். மாகாண கமிட்டியும், மத்திய கமிட்டியும் இது சார்ந்து எடுக்கும் முடிவுக்கு கட்டுப்படுவேன் என அனைவருக்கும் உறுதி கூறுகிறேன்' என்று குறிப்பிட்டதோடு பார்லிமெண்ட் போர்டு தலைவர் பதவியி லிருந்து ராஜினாமா செய்தார்.

இதற்கு காந்தி ஹரிஜனில் விளக்கம் எழுதியதோடு காமராஜர் ராஜினாமா செய்யக்கூடாது என்றும் கேட்டுக் கொண்டார். ஆனால் காமராஜர் இதனை ஏற்கவில்லை. பார்லிமெண்ட் போர்டில் காமராஜர் இல்லாமல் ராஜாஜி மூலமாக உறுப்பினர் நியமனம் உள்ளிட்ட சில விஷயங்கள் நடந்தபோதும் சந்தர்ப்பச்சூழல் ராஜாஜிக்குச் சாதகமாக அமையாமல் போனதால் காங்கிரஸ் விவகாரங்களில் இனி தலையிடப் போவதில்லை என விலகிக் கொண்டார். தமிழகத்தில் காமராஜரின் செல்வாக்கைப் பற்றி முழுதாக அறிந்துகொள்ளாமல் காந்தியடிகள் தன் மூக்கை இந்த விவகாரத்தில் நுழைத்துவிட்டதாக நினைத்த டாக்டர். வரதராஜுலு நாயுடு, 'காமராஜர் தென்னாட்டில் மிக முக்கியமான தலைவர். அவரைப் பற்றி நீங்கள் தவறாக எழுதியது சரியல்ல. இதில் நீங்கள் தலையிடாமல்

இருப்பது நல்லது' என கடிதம் எழுத காந்தியும் அப்படியே செய்வதாக நாயுடுவுக்குப் பதில் கடிதம் அனுப்பினார்.

தவறு என உணர்ந்தால் அதைச் செய்தவர் கட்சியிலும் சரி, ஆட்சியிலும் சரி எவ்வளவு பெரிய பதவியில் இருந்தாலும் அஞ்சாமல் காமராஜர் எதிர்த்துக் கேட்பார். தன் மனதுக்கு பட்டதை சம்பந்தப்பட்டவர்களின் முகத்துக்கு நேராகவே சொல்லும் தைரியம் அவருக்கு இருந்தது. காந்தியடிகளிடம் மட்டுமல்ல இந்தியாவின் சர்வ வல்லமை பொருந்திய இன்னொரு சக்திமிக்க தலைவராக இருந்த சர்தார் வல்லப பாய் படேலிடம்கூட தனக்கு சரியெனப்பட்டதை சொல்லி வாதாடி இருக்கிறார். 1945ம் ஆண்டு மத்திய சட்ட சபைக்கு யார் யாரை நியமிக் கலாம் என முடிவெடுக்க வேண்டியிருந்தபோது கிறிஸ்தவ வகுப்பைச் சேர்ந்த தூத்துக்குடி பால் அப்பாதுரையின் பெயரை காமராஜர் கூறிய போது அவருக்கு வயசாயிடுச்சு, அதுனால அவர் வேண்டாம் என்று கூறிய படேல் அவருக்குப் பதில் மாசிலாமணி என்பவரை நியமிக் கலாம் என்றார். உடனே காமராஜர் அவருக்கும்தான் உடம்பு சரியில்லை, அதனால் அவர் வேண்டாம் என்றார்.

அவர் உடம்புக்கு என்ன? என்று படேல் கேட்டதும் அவருக்கு லெப்ரஸி இருக்கு என்று காமராஜர் பதிலளித்தார். நான் சொன்னதை நம்பாவிட்டால் மருத்துவ அறிக்கையைப் பார்த்துக்கொள்ளுங்கள் என்று காமராஜர் சொன்னதும் படேல் தன் முடிவை மாற்றிக்கொண்டார். அதன்பின் புதிதாக யாரை நியமிக்கலாம் என்பதைக் குறித்து முடிவு செய்வதற்காகத் தன்னை நேரில் வந்து சந்திக்குமாறு படேல் அழைத்தபோது பம்பாயில் இருந்தபோதும் காமராஜர் அவரைச் சென்று சந்திக்கவில்லை. முதலில் யார் யாரை நியமிக்கலாம் என்பதை முடிவு செய்யுங்கள். அதற்குப் பிறகு வந்து பார்க்கிறேன் என சொல்லிவிட்டார். காந்தியடிகள் எழுதிய கட்டு ரையை அடுத்து நிகழ்ந்த தொடர் சம்பவங்களின் எதிரொலியாக காம ராஜர் கோஷ்டி, ராஜாஜி கோஷ்டி என இரு பிரிவுகளாக தலைவர்கள் நின்றதில் காங்கிரசில் விரிசல் விழுந்தது. இது ஒருபுறம் நடந்து கொண்டிருக்க எப்பொழுதும் கட்சியும், அதன் வளர்ச்சியும் மட்டுமே முக்கியம். மற்றவை எல்லாம் அதற்கு அப்புறம்தான் என நினைக்கும் காமராஜர் ராஜாஜியின் மீது சில விஷயங்களில் வருத்தங்கள் இருந்தபோதும் கட்சி நன்மை மற்றும் எதிர்காலம் கருதி அவரைச் சந்தித்துப் பேசினார். அவர்களுக்குள் சமரசம் ஏற்பட்டது. அந்தச் சமரசம் சாகாவரம் பெற்று நிற்கும் என பலரும் எதிர்பார்த்ததைப் போல் இல்லாமல் சில நாட்களிலேயே பழைய நிலைக்கு வந்தது. இருவருக்குமிடையே மீண்டும் மனவேறுபாடுகள் உண்டாகின.

6

முதல்வர்களை உருவாக்கிய மூலவர்

ஆகஸ்ட் புரட்சிக்குப் பின் நடந்த முதல் தேர்தல் 1946ம் ஆண்டு வந்தது. அந்தத் தேர்தலுக்கான வேட்பாளர் தேர்வில் காமராஜர் கலந்து கொள்ளவில்லை. மற்ற அங்கத்தினர்கள் மூலம் தயார் செய்யப்பட்ட பட்டியல் படேலால் இறுதி செய்யப்பட்ட பின்னரே காமராஜர் அவரைச் சென்று சந்தித்தார். ராஜாஜியின் ஆதரவு பெற்றிருந்தவர்களும் அந்தப் பட்டியலில் இருந்தனர். காங்கிரஸுக்கு எல்லா மாகாணங்களிலும் வெற்றி கிட்டியது. அப்போது தமிழ்நாடு, ஆந்திரா, கேரளா, கர்நாடகா ஆகிய நான்கும் சேர்ந்து சென்னை மாகாணம் என்றே அழைக்கப்பட்டது. 205 சட்டமன்றத் தொகுதிகளுக்கு நடந்த போட்டியில் காங்கிரஸ் கட்சிக்கு 165 இடங்கள் கிடைத்தன. அருப்புக்கோட்டை தொகுதியிலிருந்து காமராஜர் சட்டமன்றத்துக்குத் தேர்ந்தெடுக்கப்பட்டிருந்தார்.

காங்கிரஸ் கட்சிக்கு மந்திரி சபை அமைப்பதற்கான வாய்ப்பிருந்ததால் யாரை சட்டசபை கட்சித் தலைவராக்குவது? யாரை முதலமைச் சராக்குவது? என்ற தலைவலி காங்கிரஸ் மேலித்துக்கு வந்தது. பம்பாய், பிகார், மத்தியப் பிரதேசம் உள்ளிட்ட மாநிலங்களில் 1937ம் ஆண்டில் முதல்வராக இருந்தவர்களே இம்முறையும் முதல்வராகத் தேர்வு செய்யப்பட்டனர். ஆனால், சென்னை மாகாணத்தில் மட்டும் அப்படி வரமுடியவில்லை. காரணம் அப்போது முதல்வராக இருந்த ராஜாஜி காங்கிரஸில் இருந்து விலகுவதாக அறிக்கை வெளியிட்டு விட்டு ஒதுங்கி இருந்ததால் குழப்பம் வந்தது. குட்டையைக் குழப் பியாவது மீனைப் பிடித்தாகவேண்டிய இக்கட்டில் காங்கிரஸ் கட்சித் தலைமை இருந்தது. கட்சிக்கு வெளியில் இருந்தாலும் ராஜாஜிக்குக் கட்சிக்குள் செல்வாக்கு இருக்கவே செய்தது. அப்போது காங்கிரசின் அகில இந்திய கட்சித் தலைவராக இருந்த ஆசாத், காந்தியடிகள் ஆகிய இருவரும் ராஜாஜியே முதல்வராகத் தேர்வு செய்யப்படவேண்டும் என விரும்பியதோடு மட்டுமில்லாமல் அதைக் காரியக் கமிட்டியில்

தீர்மானமாகப் போட்டு அதன் நகலை சென்னைக்கு அனுப்பி வைத்தனர். அந்தத் தீர்மானத்தை இங்குள்ள சட்டசபை காங்கிரஸ் கட்சியினர் ஏற்கமுடியாது என்று கூறி விட்டனர். அப்படியானால் நீங்களே ஒரு பெயர்ப் பட்டியல் கொடுங்கள். அதிலிருந்து ஒருவரை நாங்கள் தேர்ந்தெடுத்துச் சொல்கிறோம் என்று சொல்ல அதையும் ஏற்க முடியாது என கூறிவிட்டனர். சிக்கல் பெரிதாகிக்கொண்டிருந்த நிலையில் ஆந்திர காங்கிரஸ் கமிட்டியின் தலைவராக இருந்த பிரகாசம், கேரள காங்கிரஸ் கமிட்டியின் தலைவராக இருந்த மாதவ மேனன், தமிழ்நாடு காங்கிரஸ் கமிட்டியின் தலைவராக இருந்த காமராஜர் மூவரும் டெல்லிக்கு விரைந்தனர். அங்கு ஆசாத், காந்தியடிகள், படேல் உள்ளிட்ட தலைவர்களைச் சந்தித்துப் பேசினர். பட்டாபி சீதாராமய்யா, காளா வெங்கடராவ், கோபாலரெட்டி உள்ளிட்ட தலைவர்களும் அப்போது டெல்லியில் முகாமிட்டிருந்தனர்.

சென்னை மாகாண முதல்வராக பிரகாசத்தைத் தேர்ந்தெடுக்க காந்தியடிகள் விரும்பவில்லை. பொதுமக்கள் கொடுத்த பணத்தைத் தன் சொந்த உபயோகத்துக்கு அவர் பயன்படுத்திக்கொண்டார் என்ற அதிருப்தி இருந்ததால் அவர் மந்திரியாகக்கூட வரக்கூடாது என்று காந்தியடிகள் கருதினார். பிரகாசத்தோடு ராஜாஜி, பட்டாபி சீதாராமய்யா ஆகியோர் இணைந்து கூட்டு மந்திரிச் சபை அமைக்கலாம் என்றால் ராஜாஜியோடு தம்மால் இணைந்து செயல்படமுடியாது என பட்டாபி கூறிவிட்டார். ஆசாத், படேல், காந்தியடிகள் மூவருமே ஒவ்வொரு சந்திப்பிலும் ராஜாஜியை மட்டுமே தங்களின் தேர்வாக முன்னிறுத்திக் கொண்டிருந்தனர். சென்னை காங்கிரஸ் சட்டசபை கட்சித் தலைவராக ராஜாஜி தேர்வாக வேண்டுமானால் அதற்கு காமராஜர் மனது வைக்க வேண்டும் என்ற நிலையும், பட்டாபி தேர்வாக வேண்டுமானால் அதற்கு ராஜாஜி மனது வைக்கவேண்டும் என்ற நிலையும் இருப்பதை மேலிடத் தலைவர்கள் அறிந்ததால் ஒவ்வொருவரையும் தனித்தனியாக அழைத்து கருத்து கேட்டனர். இதுபற்றி காமராஜரிடம் காந்தியடிகள் கேட்ட போது, 'எங்களுக்குள் எந்த வேற்றுமையும் இல்லை. ஆந்திரா, கேரளா, தமிழ்நாடு என்ற பாகுபாடெல்லாம் இல்லை. அதனால் யாரை வேண்டுமானாலும் தேர்ந்தெடுக்கலாம்' என்று சொன்னார். பிரகாசமோ திடீரென ராஜாஜிக்கு ஆதரவு அளிப்பதாகச் சொல்ல ஆரம்பித்தார். ராஜாஜியோ எதற்கும் ஒத்துழைக்க மறுத்தார். ஒரு தெளிவான முடிவுக்கு வரமுடியாத நிலையில் உங்கள் இஷ்டப்படி செய்து கொள்ளுங்கள் என சம்பந்தப்பட்டவர்களிடமே கூறிவிட்டு காங்கிரஸ் மேலிடம் ஒதுங்கி கொண்டது.

சென்னை திரும்பியதும் காந்தியடிகள் யாரைத் தலைவராகத் தேர்வு செய்ய விரும்பவில்லையோ அந்த பிரகாசமே சட்டசபைத் கட்சித்

தலைவருக்குப் போட்டியிட்டார். காந்தியடிகள் விரும்பாத நிலையில் தன்னால் ஆதரவு தர முடியாது என சொன்ன காமராஜர் முத்துரங்க முதலியாரை களத்தில் இறக்கினார். ஆனால் ராஜாஜி மற்றும் அவருடைய அதரவாளர்கள் நடுநிலை வகித்ததால் பிரகாசம் ஏழு ஓட்டுகள் வித்தியாசத்தில் வெற்றி பெற்று முதல்வராகப் பதவி யேற்றார். பலரும் அவருக்கு ஒத்துழைக்கவேண்டாம் என காம ராஜரிடம் சொன்னபோதும் அது முறையற்ற செயல் என சொல்லி அப்படிச் செய்ய மறுத்துவிட்டார். சட்டப்படி தேர்வான ஒருவருக்கு ஒத்துழைப்பு தராமல் இருப்பது தவறான முன்னுதாரணம் ஆகிவிடும் என கூறினார்.

ஆனால் பிரகாசமோ காமராஜர்மீது அதிருப்தியுடனே இருந்தார். அவரைக் கலந்தாலோசிக்காமலே எல்லாவற்றையும் செய்துவந்தார். மந்திரிசபையில் கேரள காங்கிரஸ் கமிட்டியின் தலைவராக இருந்த மாதவ மேனனைச் சேர்த்துக்கொள்ளுமாறு காமராஜர் பிரகாசத்திடம் கூறினார். ஆனால் அவரைச் சேர்த்துக்கொள்ளாமல் அவருக்குப் பதிலாக ராஜாஜியின் ஆதரவாளரான ராகவ மேனனைச் சேர்த்துக் கொண்டார். ஒரு வருடம் சென்றிருந்த நிலையில், பிரகாசம்மீது சட்டசபை கட்சி உறுப்பினர்கள் கொண்டிருந்த அதிருப்தி அவருடைய மந்திரிசபையை ஆட்டம் காண வைத்தது. காமராஜர் இன்னும் சில நாட்களில் வர இருக்கும் சட்டசபை கட்சிக்கான தலைவர் தேர்தலின் போது அவரை நீக்கிவிட்டு வேறு தலைவரை போட்டுக்கொள்ளலாம் என கூறியபோதும் உறுப்பினர்கள் நம்பிக்கையில்லாத் தீர்மானம்மூலம் பிரகாசத்தைப் பதவியிலிருந்து இறக்குவதில் தீவிரமாக இருந்தனர். ஆச்சாரிய கிருபாளினியின் சமரச முயற்சியும் தோல்வியடைந்தது. நிலைமை சிக்கலான நிலையில் காமராஜரிடம் வந்த பிரகாசம், 'நான் முதல் மந்திரியாக இருந்தால் போதும். என் மந்திரி சபையில் யாரை வேண்டுமானாலும் போட்டுக் கொள்ளுங்கள்' என பேரம் பேசினார். பதவியை எப்போதும் நாடாத காமராஜரோ 'இப்போது அதுவல்ல பிரச்னை. நீங்கள் முதலில் வெளியேறுங்கள். உங்களை வெளியேற்ற தான் இங்கு கூடியிருக்கிறோம்' என தெளிவாக சொல்லிவிட்டதால் நம்பிக்கையில்லாத் தீர்மானம்மூலம் அவர் பதவியிலிருந்து வெளியேற்றப்பட்டார்.

அதன்பின் 1947 மார்ச் மாதம் நடந்த சட்டசபை காங்கிரஸ் கட்சிக்காக நடைபெற்ற தேர்தலில் பிரகாசத்துக்குப் பதில் ஓமந்தூர் ராமசாமி தலைவராகத் தேர்வு செய்யப்பட்டார். அதற்கடுத்த ஆண்டு நடந்த தேர்தலில் மீண்டும் ஓமந்தூர் ராமசாமியை எதிர்த்து பிரகாசம் போட்டியிட்டார். அவருக்கு எதிராக ஆந்திராவைச் சேர்ந்த சஞ்சீவ ரெட்டி உள்ளிட்ட தலைவர்கள் வேலை செய்ததால் அவரால்

வெற்றிபெற முடியவில்லை. வெற்றிபெற்ற ஓமந்தூர் ராமசாமி இரண்டாண்டுகள் முதல்வராகப் பதவியில் இருந்த நிலையில் அவருடைய கடுமையான அணுகுமுறை அவருக்கு எதிராகத் திரும்பியது. காமராஜர் எடுத்துச்சொல்லியும் அவர் தன் அணுகுமுறையை மாற்றிக்கொள்ளாததால் அவரை மாற்றவேண்டியிருந்தது. 1949ல் நடந்த தேர்தலில் ஓமந்தூர் ராமசாமிக்கு எதிராக டாக்டர். சுப்பராயனை நிறுத்த பிரகாசம் கோஷ்டியும், ராஜாஜி கோஷ்டியும் திட்டமிட்டுச் செயல்பட்டுக் கொண்டிருந்த நிலையில் பெரும்பான்மையோரின் விருப்பப்படி பக்தவச்சலத்தைத் தலைவராகத் தேர்ந்தெடுக்க முடிவு செய்யப்பட்டது. இந்தத் தகவலை தன்னிடம் தெரிவிக்க வந்த தலைவர்களிடம் பக்தவச்சலத்துக்குப் பதிலாக குமாரசாமி ராஜாவை வேட்பாளராக நிறுத்தினால் தான் போட்டியிலிருந்து விலகிக்கொள்வதாக ஓமந்தூர் ராமசாமி தெரிவித்தார். எந்தச் சூழலிலும் வெற்றியைத் தீர்மானிக்கும் சக்தியாக இருந்த காமராஜரிடம் இந்தத் தகவல் தெரிவிக்கப்பட குமாரசாமி ராஜாவுக்குப் பச்சைக் கொடி காட்டினார். காமராஜரின் ஆதரவைப் பெற்றிருந்த குமாரசாமிராஜா வெற்றி பெற்று முதலமைச்சரானார். 1949ல் அமைந்த குமாரசாமிராஜாவின் மந்திரிசபை 1952ல் நடந்த பொதுத் தேர்தல் வரை தாக்குப்பிடித்து நின்றது என்றால் அதற்கு முழுக் காரணமாக இருந்தவர் காமராஜர்!

1950ம் வருடம் ஜனவரி 26 அன்று இந்தியா குடியரசு நாடாக மலர்ந்தது. புதிதாக மலர்ந்த இந்திய அரசியல் சாசனச் சட்டத்தின்படி இருபத்தோரு வயது வந்த அனைவருக்கும் சாதி, மத, இன வேறுபாடின்றி வாக்களிக்கும் உரிமை வழங்கப்பட்டது. இந்தியா குடியரசானதுக்குப் பிறகு 1952ம் ஆண்டு முதல் பொதுத் தேர்தல் நடைபெற்றது. 1949ம் ஆண்டு மழையின்மையால் நிலவிய உணவுப் பஞ்சம், மக்களிடையே அதிருப்தி ஏற்படும் வகையில் காங்கிரஸ் அரசால் விதிக்கப்பட்ட வரிகள் ஆகியவற்றோடு காங்கிரஸுக்கு எதிராகத் தோன்றிய புதிய கட்சிகள் ஆகியவற்றால் அந்தத் தேர்தல் காங்கிரஸ் கட்சிக்கு பெரிய சவாலான தாக இருந்தது. காங்கிரஸ் கட்சியை எதிர்த்து இந்திய கம்யூனிஸ்ட், சோஷலிஸ்ட், உழைப்பாளர் கட்சி, கிசான் மஸ்தூர் பிரஜா, தாழ்த் தப்பட்டோர் பெடரேஷன் உள்ளிட்ட கட்சிகள் இணைந்து ஐக்கிய முன்னணி என்ற பெயரில் களமிறங்கின.

பிரிக்கப்படாத சென்னை மாகாணமாக இருந்த இப்பகுதியின் சட்ட மன்றத் தொகுதிகளின் எண்ணிக்கை 205 லிருந்து 375 க்கு உயர்த்தப் பட்டிருந்தது. இதில் காங்கிரஸ் 152 தொகுதிகளில் மட்டுமே வெற்றி பெற மற்ற 223 தொகுதிகளை பத்து எதிர்க்கட்சி கூட்டணியினரும், சுயேச்சைகள் சிலரும் கைப்பற்றியிருந்தனர். எதிர்க்கட்சி கூட்டணியில்

அதிக இடங்களில் வெற்றி பெற்றிருந்த இந்திய கம்யூனிஸ்ட் கட்சியின் முயற்சியால் ஐக்கிய ஜனநாயக முன்னணி உருவாக்கப்பட்டு அதன் தலைவராக தேர்ந்தெடுக்கப்பட்ட டி. பிரகாசம் ஆட்சி அமைக்க உரிமை கோரியிருந்தார்.

இந்த முடிவுகள் தமிழ்நாடு காங்கிரஸ் கட்சித் தலைவராக இருந்த காமராஜருக்கு அதிர்ச்சியைத் தந்தது. முதலமைச்சர் குமாரசாமி ராஜா, பக்தவச்சலம், கோபால் ரெட்டி, கே.சந்திரமௌலி உள்ளிட்ட ஆறு மந்திரிகள் அத்தேர்தலில் தோற்றுப் போயினர். தோல்வியை ஏற்றுக் கொண்டு எதிர்க்கட்சி வரிசையில் அமரத் தயாராகவேண்டும் என்று சொன்ன காமராஜர், அத்துடன் நில்லாமல் தோல்விக்கு முழுப் பொறுப்பேற்று கட்சித் தலைவர் பதவியை ராஜினாமா செய்தார். இதனால் அந்த ஆண்டு தமிழ்நாடு காங்கிரஸ் கட்சித் தலைவருக்கான தேர்தல் நடந்தது. அதில் ராஜாஜியின் ஆதரவாளர்கள் குமாரசாமி ராஜாவை ஆதரித்தபோதும் காமராஜரின் ஆதரவைப் பெற்றிருந்த டாக்டர். சுப்பராயன் கட்சியின் தலைவராகத் தேர்வு செய்யப்பட்டார். ‘எதிர்க்கட்சிகளின் கூட்டணியையே ஆட்சிசெய்ய அனுமதிக்கலாம். ஒருமித்த கொள்கை இல்லாததால் அவர்கள் கூட்டணி நெடுநாள் நீடிக்காது என்பதால் தானாகவே அந்த அரசு கவிழ்ந்து விடும். அதன்பின் காங்கிரஸ் ஆட்சி அமைக்கலாம்’ என்று காமராஜர் ஆலோசனை கூறினார். ஆனால் கம்யூனிஸ்டுகளின் மேலிருந்த வெறுப்பினால் புதிய அரசியல் சாசன சட்டம் அமல்படுத்தப்பட்டவுடன் கம்யூனிஸ்டுகள் ஆட்சி செய்யும் அமைச்சரவை அமையக்கூடாது என காங்கிரசில் இருந்த சிலர் அவர்கள் பதவியில் அமர்வதைத் தடுக்கும் வேலைகளில் இறங்கினர்.

எதிர்க்கட்சி வரிசையில் அமர்வதற்குப் பதில் ஏதாவது செய்து ஆளுங் கட்சி வரிசைக்குப் போய் ஆட்சி செய்யவேண்டும் என்ற காங்கிரஸ் கட்சியைச் சேர்ந்த சிலரின் எண்ணம் அரசியல் குதிரை பேரத்துக்கு பிள்ளையார் சுழி போட்டது. சில சுயேட்சை உறுப்பினர்களையும், உதிரிக் கட்சி உறுப்பினர்களையும் வளைத்துப் பிடித்து காங்கிரஸ் கட்சியின் பக்கம் பூக்கும் வேலைகள் ஆரம்பமாகின. இந்தக் குதிரை பேர விளையாட்டில் காமராஜருக்கு உடன்பாடில்லாதபோதும் கட்சியின் நிலைப்பாடு கருதி அமைதியாக இருந்தார். ஆள் பிடிக்கும் வேலைகள் ஒரு புறம் வேகமாக நடந்துகொண்டிருந்த நிலையில் அரசியலில் இருந்து விலகியிருக்கும் ராஜாஜி முதலமைச்சரானால் இப்போதைக்கு நிலைமை கொஞ்சம் சீரடையும் என்று பலரும் அவரிடம் தெரிவித்தனர். ராஜாஜியோ காமராஜரின் ஒப்புதல் இருந்தால் மட்டுமே முதலமைச்சர் பதவியை ஏற்கத் தயார் என்றார். காமராஜரும் முந்தைய மனவேறுபாடுகளை பெரிதுபடுத்தாமல் சம்மதம் சொல்ல,

அதற்கான தீர்மானம் 1952 மார்ச் மாதம் 29ம் தேதி நிறைவேற்றப்பட்டு அகில இந்தியத் தலைமையின் ஒப்புதலுக்காக நேருவிடம் நேரில் அளிக்கப்பட்டது.

'சட்டசபை கட்சித் தலைவராக தேர்ந்தெடுக்கப்படுகிறவர் கண்டிப்பாக சட்டசபை உறுப்பினராக இருக்கவேண்டும். அப்படி இல்லாத ஒருவர் தேர்வு செய்யப்பட்டால் அவர் விரைவில் சட்டசபைத் தேர்தலில் போட்டியிட்டு உறுப்பினராக வேண்டும்' என்ற நிபந்தனையோடு நேரு ஒப்புதல் அளித்தார். 1952 மார்ச் 31 அன்று நடைபெற்ற சட்டசபை காங்கிரஸ் கட்சி கூட்டத்தில் ராஜாஜி பெயரை காமராஜர் முன்மொழிய அது ஏகமனதாக ஏற்றுக்கொள்ளப்பட்டது. இதற்கிடையில் இடைக்கால அரசாங்க முதல்வராக இருந்த குமாரசாமிராஜாவின் வேண்டுகோளின்படி மேல்சபை உறுப்பினராக நியமனம் பெற்ற ராஜாஜி சட்டசபை உறுப்பினராகமலே முதல்வராகப் பொறுப்பேற்று மந்திரி சபையையும் அமைத்தார்.

டாக்டர். சுப்பராயனைக் கட்சித் தலைவராக காமராஜர் அமர்த்திவிட்டு கீழிறங்கியபோதும் கட்சி அவரை விடுவதாக இல்லை. அடுத்த சில மாதங்கள் கழித்து நடந்த கட்சித் தலைவருக்கான தேர்தலில் காமராஜர் போட்டியின்றித் தேர்ந்தெடுக்கப்பட்டார். கட்சியின் தலைவராக காமராஜரும், முதல்வராக ராஜாஜியும் இருந்து செயல்பட்டு வந்த நிலையில் ராஜாஜியின் கொள்கைகள், அவர் காட்டிய வீண் பிடிவாதம் ஆகியவற்றால் இருவருக்குமிடையேயான உறவு மீண்டும் சீர்கெடத் தொடங்கியது.

முதல்வராகப் பதவியேற்றபின் நல்ல பல திட்டங்களைக் கொண்டுவந்தாலும் சில செயல்பாடுகள் மக்களை ஆத்திரம் கொள்ள வைத்தது. தியாகிகளுக்கு அரசாங்கம் வழங்கிய நிலம் திருப்பிக்கொடுககப்படவேண்டும் என்றார். பிராமணர்களுக்கு முக்கியத்துவம் அளிப்பதிலும், அவர்களுக்கு முக்கிய இடங்களில் பதவிகள் வழங்குவதிலும் ஆர்வம் காட்டினார். பதவியிலிருந்து ஓய்வு பெற்றிருந்த பிராமண அதிகாரிகள் சிலரை மீண்டும் அரசு நிர்வாகத்துக்குள் கொண்டுவந்தார். பொது விழாக்களில் சூத்திரன், பிராமணன் என பாகுபாடு காட்டிப் பேச ஆரம்பித்தார். இத்தகைய நடவடிக்கைகள்மூலம் மக்களிடமும், கட்சியினரிடமும் ராஜாஜி பெற்றிருந்த வெறுப்புணர்வு அவர் கொண்டு வந்த கல்வித்திட்டம் மூலம் எதிர்ப்புணர்வாக உருமாறியது.

7

ராஜாஜியின் கல்வித் திட்டத்துக்கு எதிர்ப்பு

1950ம் ஆண்டு நிறைவேற்றப்பட்ட புதிய இந்திய அரசியல் சாசனப்படி அனைத்து இந்தியக் குடிமக்களுக்கும் அடிப்படைக் கல்வி தருவது மத்திய, மாநில அரசுகளின் கட்டாயக் கடமையாக் கப்பட்டிருந்தது. சென்னை மாநில அரசின் கல்வித்துறை அதற்காக 1950 ம் ஆண்டு பத்தாண்டுத் திட்டம் ஒன்றைத் தீட்டியது. அதன்படி ஒவ்வொரு ஆண்டும் கூடுதலாக ஐந்து லட்சம் மாணவர்களைச் சேர்ப்பதோடு ஒரு கோடி ரூபாய் கல்விக்காக ஒதுக்கப்படவேண்டும். ஆனால் 1950 – 1951 நிதியாண்டில் வெறும் ஐந்து லட்சம் ரூபாய் மட்டுமே ஒதுக்கப்பட்டது. இதனால் பள்ளியிலிருந்து பாதியிலேயே விலகும் மாணவர்களின் விகிதம் கூடுதலாக இருந்து வந்த நிலையில் புதிய முதல்வராகப் பொறுப்பேற்றிருந்த ராஜாஜி அதிக செல வில்லாமல் குழந்தைகளுக்குப் பள்ளிக் கல்வி அளிக்க புதிய திட்டம் ஒன்றைக் கொண்டுவந்தார்.

பள்ளி வேலை நேரம் இரு நேர முறைகளாக மாற்றப்பட்டு முதல் நேர முறையில் மாணவர்கள் பள்ளியில் ஆசிரியரிடம் பாடம் கற்பர். இரண்டாவது நேர முறையில் வீட்டில் தந்தையிடமிருந்து அவர் களுடைய தொழிலைக் கற்பர். மாணவிகள் தாயாரிடமிருந்து சமைய லையும், வீட்டு வேலைகளையும் கற்பர். இத்தகு தொழில்கள் இல்லாத பெற்றோரை உடைய மாணவர்கள் வேறொரு தொழில் செய்பவர் களுடன் சேர்ந்து தொழில் கற்பர். இதுதவிர அந்த நேர முறையில் ஊர் பொதுப்பணிகள் சார்ந்த சாலைகளைச் சீரமைத்தல், தூய்மைப் படுத்துதல், கட்டடங்கள் கட்டுதல் போன்ற வேலைகளில் ஈடுபடுத் தப்படுவர். ஆசிரியரிடம் பாடம் கற்பிக்கவரும் நேரமுறைக்கு மட்டும் வருகைப் பதிவு உண்டு என்ற அம்சங்களோடு இருந்த அத்திட்டம் 1953 – 1954 கல்வியாண்டில் முதல்கட்டமாகக் கிராமப்புற பள்ளிகளில் மட்டும் அறிமுகப்படுத்தப்பட்டது.

இத்திட்டத்தை நடைமுறைப்படுத்துமாறு பொதுக் கல்வித்துறை இயக்குனரிடம் ராஜாஜி கூற அவர் அப்போது தொடக்கக் கல்வி இயக்குநராக இருந்த நெ.து. சுந்தரவடிவேலுக்கு அந்தக் கோப்பை அனுப்பி வைத்தார். 'இது தேவையில்லாத ஒன்று. இத்திட்டம் கிராம, நகர மக்களுக்கிடையே பாகுபாட்டை உருவாக்குவதோடு கிராமப்புற மாணவர்களின் வளர்ச்சியையும் தடுத்து விடும்' என்று குறிப்பெழுதி கோப்பை திருப்பி அனுப்பினார். அதனால் பொதுக்கல்வி இயக்குநர் அத்திட்டத்தை நடைமுறைப்படுத்தத் தயங்கினார். இதையறிந்த ராஜாஜி இத்திட்டத்துக்கென ஒரு தனி அலுவலரை நியமித்து செயல் படுத்த முடிவெடுக்க, வேறு வழியில்லாமல் பொதுக்கல்வி இயக்குநரே இத்திட்டத்தை அமல்படுத்தினார். திட்டம் துரிதமாக நடைமுறைக்கு வரவேண்டும் என்ற நோக்கில் வழக்கமான நடைமுறைகளைப் பின்பற்றாமல் அனைத்துக் கல்வி அலுவலர்களுக்கும், ஆய்வாளர் களுக்கும் சுற்றறிக்கைமூலம் தகவல் அனுப்பப்பட்டது. பத்திரிகைகள் வாயிலாகவும் விளம்பரங்கள் செய்யப்பட்டன.

'மாறுபட்ட தொடக்கக் கல்வித் திட்டம்' என்ற பெயரில் அறிவிக்கப்பட்ட இத்திட்டத்தின்படி பள்ளிகளின் வேலை நேரம் ஐந்து மணி நேரத்திலிருந்து மூன்று மணி நேரமாகக் குறைக்கப்பட்டது. மறுநாள் பத்திரிகைகளில் இச்செய்தி வெளிவந்ததும் திராவிட கழகங்களும், கம்யூனிஸ்ட் கட்சிகளும் கடுமையாக எதிர்த்தன. இத்திட்டத்தை சாதி அமைப்பைப் பலப்படுத்தும் குலக்கல்வி திட்ட மென வர்ணித்த கட்சிகள் பிராமணர்களின் ஆதிக்கத்தைப் பலப் படுத்தவே ராஜாஜி இத்திட்டத்தைக் கொண்டு வந்ததாகக் குற்றம் சாட்டின. 1953 ஏப்ரலில் அறிமுகப்படுத்தப்பட்ட இத்திட்டத்துக்கு எதிராக அடுத்த இரண்டு மாதங்களில் பலவிதப் போராட்டங்களை எதிர்க்கட்சிகள் நடத்தின. பெரியாரும் அண்ணாவும் இதில் தீவிரமாகச் செயல்பட்டனர். ஜூலை மாதம் சட்டமன்றம் கூடியபோது சென்னையில் கண்டன ஊர்வலங்களையும், ஆர்ப்பாட்டங்களையும் நடத்தி எதிர்க்கட்சியினர் கைதாகி சிறை சென்றனர். சட்டமன்றத்தில் இத்திட்டத்துக்கு எதிராக கம்யூனிஸ்ட் கட்சி கொண்டு வந்த தீர்மானம் ஒரு ஓட்டு வித்தியாசத்தில் தோல்வியடைந்தது. தாற்காலிகமாக இத்திட்டத்தை நிறுத்தி வைத்துவிட்டு அதை ஆய்வு செய்யவேண்டும் என கொண்டுவந்த இன்னொரு தீர்மானம் அதே ஒரு ஓட்டு வித்தியா சத்தில் வெற்றிபெற்றது. அதன்படி பருலேக்கர் என்ற கல்வியாளர் தலைமையில் அமைக்கப்பட்ட குழு இத்திட்டம் முறையானதுதான் என்று அறிக்கை வெளியிட்டது. இது ஒருபுறம் நடந்து கொண்டிருக்க ராஜாஜி தன் திட்டத்துக்கு ஆதரவாக வானொலியிலும் பத்திரி கைகளிலும் பிரசாரம் செய்தார்.

எதிர்க்கட்சிகள் தவிர்த்து காங்கிரஸ் கட்சிக்குள்ளும் இத்திட்டத்துக்குப் பெரும் எதிர்ப்புக் கிளம்பியது. குறிப்பாக காமராஜர் உள்ளிட்ட தலைவர்கள் அதற்கு ஆதரவு தரவில்லை. பைத்தியக்காரத்தனமான திட்டம் என காமராஜர் வர்ணித்தார். தம்முடைய மந்திரி சபையிலிருந்த கல்வியமைச்சரைக் கலந்தாலோசிக்காமலும், சட்டசபை காங்கிரஸ் கட்சியின் கருத்தைக் கேட்டறியாமலும் அறிவிக்கப்பட்ட இத்திட்டத்தால் கட்சிக்குள் இருந்தும், வெளியிலிருந்தும் வந்த எதிர்ப்புகளைப் பற்றி எல்லாம் யோசிக்காத ராஜாஜி 'சங்கரரும், ராமானுஜரும் தங்கள் கொள்கைகளை வெளியிடும்முன் மற்றவர்களிடம் கலந்து கொண்டா செய்தார்கள்?' என கேட்டு எதிர்வாதம் செய்து கொண்டிருந்தார்.

சிரைக்கிறவன் மகன் சிரைக்கவும், வெளுக்கிறவன் மகன் வெளுக்கவும் தான் கற்றுக்கொள்ள வேண்டுமா? அப்படியானால் பார்ப்பன வீட்டுப் பிள்ளைகள் எந்தத் தொழில் செய்வார்கள்? பள்ளியில் படிக்கும்போதே வக்கீல் தொழிலையும், உயர்நிலைப் பள்ளியில் படிக்கும்போதே டாக்டர் தொழிலையும் செய்வார்களா? என்று வலிமையாக எதிர்க் குரல்கள் கிளம்பின. 'பெட்ரோலும், தீப்பந்தமும் தயாராகட்டும். அக்கிரகாரத்துக்கு தீ வைக்க நாள் குறிக்கும் வரை காத்திருங்கள்' என உணர்வுப்பூர்வமாகப் பேசி ராஜாஜியின் கல்வித் திட்டத்துகது எதிராக மக்களை பெரியார் திரட்டினார். அதே நேரம் ராஜாஜியின் திட்டமானது கல்வி அறிவோடு தொழிலறிவையும் கொடுக்க வல்லது. வேலையில்லாத் திண்டாட்டத்தை போக்கும் வகையில் அமைந்த இத்திட்டத்தால் தொழில் உற்பத்தியும், பொருளாதார வளர்ச்சியும் பெருகும். அரசாங்க நிதியைக் கல்விக்காக பெருமளவு செலவிட முடியாத நிலையில் இத்திட்டம்மூலம் இருக்கின்ற பள்ளிகளையும், ஆசிரியர்களையும் வைத்தே அனைவருக்கும் கல்வி வழங்க முடியும் என கல்கி இதழ் ஆதரவு தெரிவித்து எழுதியது.

சட்டசபை உறுப்பினர்கள் ராஜாஜியின்மீது நம்பிக்கையில்லாத் தீர்மானம் கொண்டுவர முடிவு செய்தனர். ஆனால் ராஜாஜியின்மீதும், அவர் ஆட்சிமீதும் எப்போதும் அபார நம்பிக்கை கொண்டிருந்த காமராஜர் இந்தப் பிரச்னையால் ராஜாஜி பதவிக்கு ஆபத்து வந்துவிடக் கூடாது என நினைத்தார். அதற்காகவே அவருடைய திட்டத்தை வாக்கெடுப்புக்கு விடாமல் தள்ளிப்போட்டுக்கொண்டே வந்தார். இத்திட்டத்தை எதிர்த்து பல எதிர்க்கட்சிகளும், தலைவர்களும் ஓரணியில் நின்றதால் காமராஜருக்கும் நெருக்கடி ஏற்பட்டது. அப்போது தனி ஆந்திர மாநிலக் கோரிக்கை வலுத்து 1953 அக்டோபரில் ஆந்திரா தனி மாநிலமாகப் பிரிந்து சென்றதால் சென்னை சட்டசபையில் காங்கிரஸுக்குத் தனிப் பெரும்பான்மை கிடைத்தது. அதனால் சட்டசபைக்குப் புதிய தலைவரை தேர்ந்தெடுக்கும்போது ராஜாஜியை

விரும்பாதவர்கள் புது தலைவரைத் தேர்ந்தெடுத்துக் கொள்ளட்டும் என்ற எண்ணத்தில் காமராஜர் இருக்க உண்மை நிலையோ வேறு மாதிரியாக இருந்தது.

எல்லாப் பக்கங்களிலிருந்தும் ராஜாஜிக்கு எதிர்ப்பு வர காமராஜரையும், ராஜாஜியையும் டெல்லிக்கு அழைத்து நேரு பேசினார். அதன்பின் ராஜாஜியே முதல்வராக இருக்கவேண்டும் என நேரு விரும்பி அதை அறிக்கையாக வெளியிட்ட பின்னரும் நிலைமை சீராகவில்லை. தன் மீது நம்பிக்கை இல்லாத் தீர்மானம் வரப்போவது உறுதியாகி விட்டது என்பதையறிந்த ராஜாஜி மற்றவர்கள் இறக்கி விடுவதற்குள் தானே இறங்கிக் கொள்வதுதான் கௌரவம் என நினைத்தார். 'நான் கொண்டு வந்த கல்வித்திட்டத்தின் மீது ஓட்டெடுப்பு நடத்தி என்னை அவமானப் படுத்த வேண்டாம். நானே விலகிக் கொள்கிறேன்' எனக் கூறியவர் 1954 மார்ச் 25 அன்று உடல்நிலை சரியில்லை என்ற காரணத்தைக் காட்டி முதலமைச்சர் பதவியிலிருந்து விலகுவதாக அறிவித்தார்.

ராஜாஜியின் இடத்துக்கு யார்? என்ற கோதாவில் சி.சுப்பிரமணியம், ஷெட்டி ஆகியோரின் பெயர்கள் பலமாக அடிபட்டன. மலேயா பயணத்தை முடித்துத் திரும்பியிருந்த காமராஜர் ராஜாஜியைச் சந்தித்து அடுத்த மந்திரி சபை அமைப்பது பற்றி விவாதித்தார். இன்னும் இரண்டு, மூன்று மாதங்களுக்கு இதே மந்திரி சபை தொடரட்டும். அடுத்த பட்ஜெட் கூட்டத்தொடர் முடிந்ததும் பக்தவச்சலம், ஷெட்டி, சி.சுப்பிரமணியம் ஆகியோரில் ஒருவரை முதலமைச்சராக தேர்ந் தெடுத்துக் கொள்ளலாம் என ராஜாஜி சொன்ன யோசனையை காமராஜரும் ஏற்றுக்கொண்டார். ஆனால், கட்சிக்கூட்டம் நடந்த போது ராஜாஜி சி.சுப்பிரமனியம் பெயரைக் குறிப்பிட்டுவிட்டு அடுத்த தலைவரை தேர்ந்தெடுக்கும் வரை இடைக்காலத்துக்கு மட்டும் என சொல்லாமல் இருந்துவிட்டார். அவரின் சாமார்த்திய செயல்பாட்டை அறிந்திருந்த காமராஜர் உடனே எழுந்து 'இந்த இடைக்கால ஏற்பாடு இரண்டு மாதங்களுக்கு மட்டும்தான். அடுத்தத் தலைவர் தேர்தல் அதன் பின்னர் நடைபெறும்' என அறிவித்தார். இதற்கு ராஜாஜியின் ஆதர வாளர்கள் எதிர்ப்புக் கூற காமராஜரின் ஆதரவாளர்கள் பதில் குரல் எழுப்ப சட்டசபை காங்கிரஸ் கட்சிக்குப் புதிய தலைவரை தேர்ந் தெடுக்க வேண்டும் என்ற கோரிக்கை வலுக்கத் தொடங்கியது.

தமிழக காங்கிரஸ் கட்சித் தலைவராக இருந்த காமராஜரே சட்டசபை காங்கிரஸுக்கும் தலைவராகவேண்டும் என அவருடைய நண்பர்கள் பலரும் வற்புறுத்த ஆரம்பித்தனர். ஆரம்பத்தில் அதை விரும்பாத காமராஜர் நண்பர்களின் தொடர் வற்புறுத்தல்களால் சம்மதம் சொன்னார். சிலர் ஷெட்டியையும், வேறு சிலர் சுப்பராயனையும்

வேட்பாளராக்க விரும்பியபோதும் முடிவில் காமராஜரும் சி. சுப்பிர மணியமும் மட்டுமே வேட்பாளர்களாகப் போட்டியில் இருந்தனர். கட்சி மேலிட உத்தரவுப்படி 1954 மார்ச் 31 அன்று சட்டசபை கட்சிக்கான தலைவரைத் தேர்ந்தெடுப்பதற்கான தேர்தல் நடந்தது. தேர்தல் பார்வையாளராக வந்திருந்த இந்திரா முன்னிலையில் நடந்த தேர்தலில் சி. சுப்பிரமணியம் பெயரை பக்தவச்சலம் முன்மொழிய டாக்டர். வரதராஜுலு நாயுடு காமராஜரின் பெயரை முன்மொழிந்தார். வாக் கொடுப்பில் சி.சுப்பிரமணியத்திற்கு 41 வாக்குகள் மட்டுமே கிடைக்க காமராஜர் 93 வாக்குகள் பெற்று வெற்றி பெற்றார்.

தன் பதவியை இழக்கச்செய்த குலக்கல்வித் திட்டத்தை பற்றி அப்போதும் ராஜாஜி பெருமையாகப் பேசிக்கொண்டுதான் இருந்தார். இந்த நிகழ்வுக்குப் பின் பல ஆண்டுகள் ஆகியும், காங்கிரஸ் ஆட்சி என்பது தமிழகத்தில் கனவாகி நிற்கும் நிலையிலும் ராஜாஜியின் கல்வித் திட்டத்தை சரியானது என்று இன்றும் சிலர் ஆதரித்து வருகின்றனர். 'ராஜாஜியின் தொழிற்கல்வி திட்டத்தை குலக்கல்வித் திட்டம் என்று பெயர் சூட்டி ஒதுக்கியது அன்றைய பொறாமை அரசியலுக்கு வசதியாக இருந்தது அவ்வளவுதான்' என கல்கி இதழ் 1980 ம் ஆண்டு எழுதியது. பத்திரிக்கையாளர் சோ. ராமசாமி தன்னுடைய துக்ளக் இதழில் 'ராஜாஜி கொண்டுவந்தது அருமையான திட்டம். அதனைத் திரித்துக் கூறி ராஜாஜியை விரட்டி விட்டனர்' என 1988ல் எழுதினார். தினமலர் தன்னுடைய இணைப்பு இதழான வாரமலரில் 'ராஜாஜியின் திட்டத்தை குலக்கல்வித் திட்டம் என தவறான பெயர் கொடுத்து கெடுத்து விட்டனர்' என 2013ல் எழுதியது.

குடியரசு பத்திரிகையை சில காலம் நடத்தியவரும், காந்தியவாதியுமான கோவை அய்யாமுத்து தன்னுடைய 'இராஜாஜி எனது தந்தை' என்ற நூலில் ராஜாஜியின் கல்வித் திட்டத்துக்கு குலக்கல்வித் திட்டம் என பெயரிட்டதே பெரியார்தான் என்றும், உண்மையில் அத்திட்டம் பள்ளிக்கு நீண்டநேரம் பிள்ளைகளை அனுப்ப மறுத்த பெற்றோர் களைச் சில மணி நேரமாவது அனுப்பி வைக்கச் செய்ய வேண்டும் என்பதற்காக கொண்டு வரப்பட்டதேயொழிய சாதி அடிப்படையில் பாகுபடுத்த இல்லை என்றும் வாதிடுகிறார். தவிர, அப்போது ஆறாயிரம் பள்ளிகளை மூட சதி நடப்பதாகதான் பேசினார்கள். ஆனால் பின்னர் வந்தவர்களால் மூடி விட்டதாகவே சொல்லப்பட்டு இன்று அதுவே நிலைத்த உண்மை போல் ஆகிவிட்டதாகக் கூறுகிறார். ராஜாஜி கொண்டுவந்த கல்வித் திட்டம் சரி, தவறு என்பதையெல்லாம் தாண்டி அவருடைய பதவியைப் பறித்ததுதான் நிஜம். அதேநேரம் காமராஜர் தமிழகத்தின் அடுத்த முதல்வராக வருவதற்கான வாசலையும் அது திறந்துவிட்டது.

8

தேடிவந்த முதல்வர் பதவி

பதவிகளை எப்போதுமே தேடிப் போகாத காமராஜரை நோக்கி பதவிகள் தானாகவே தேடி வந்தன. அவரே இறங்கிக்கொண்டு மற்றவர் களை ஏற்றிவிட்டால் மட்டுமே பதவி அவரைவிட்டு விலகுவதாக இருந்தது. அப்படி அவர் இறங்கிக் கொண்ட சில மாதங்கள் தவிர்த்து **1940** தொடங்கி **1952** வரை **12** ஆண்டுகள் தமிழ்நாடு காங்கிரஸ் கட்சித் தலைவராக இருந்தார் என்ற ஒரு செய்தியே காமராஜருக்கு கட்சியில் இருந்த செல்வாக்கையும், சக்தியையும் காட்டிவிடும். ராஜாஜி, பிரகாசம், ம.பொ.சி, ஓமந்தூரார் என பலம் பொருந்திய பெருந் தலைகள் தன் வளர்ச்சிக்கு முட்டுக்கட்டைகள் போட்டபோதெல்லாம் அதைத் தொண்டர்களின் ஆதரவோடு தாண்டி காமராஜர் வெற்றிவாகை சூடினார். நேர்மை, அன்பு, அக்கறை, தனிமனித ஒழுக்கம், எளிமை ஆகியவற்றை மட்டுமே துடுப்பாகப் போட்டு மக்கள், தொண்டர்கள், நண்பர்கள் துணையோடு வளர்ந்து நின்றார்.

ஆகஸ்ட் புரட்சிக்குப் பின் நடந்த தமிழ்நாடு காங்கிரஸ் கட்சித் தலைவர் தேர்தலில் சா. கணேசனை வென்றதில் தொடங்கிய காமராஜரின் பயணம் பெரிய எதிர்ப்புகள், தடைகளுக்கிடையே நகர்ந்துவந்து சட்டசபை கட்சித் தலைவர் பதவியில் வந்து சேர்ந்தது. தான் அப்பதவிக்கு தேர்ந்தெடுக் கப்பட்டவுடன், 'நான் சட்டசபை கட்சித் தலைவராக இருந்து கொள்கிறேன். முதலமைச்சர் பதவிக்கு வேறு ஒருவரை நியமித்துக் கொள்ளலாமா?' என்று இன்று சொன்னால்கூட எவராலும் நம்பமுடியாத வகையிலான ஒரு கோரிக்கையோடு காமராஜர் டெல்லிக்குச் சென்றார். ஆனால் மேலிடமோ, 'அப்படியெல்லாம் முடியாது. சட்டசபை கட்சித் தலைவராக இருப்பவர்தான் முதலமைச்சராக இருக்க வேண்டும்' என்று சொல்லி கைவிரித்து விட்டது.

சென்னைக்குத் திரும்பிய காமராஜர் தன் நண்பர்களோடு ஆலோசித்தார். இன்னொரு தேர்தல் என்றால் தாங்காது, நீங்களே ஏன் முதலமைச்சராகக் கூடாது என்று அவர்கள் கேட்டனர். ராஜாஜி போன்றவர்கள் வகித்த

பதவியைப் பெரிதாகப் படிப்பறிவு இல்லாத தன்னால் ஏற்கமுடியுமா என்ற சந்தேகம் இருந்ததால் காமராஜர் தயங்கினார். பெரியார் அவரைச் சந்தித்துப் பேசினார். ஒரு பச்சைத்தமிழன் தமிழகத்தை ஆள்வதற்காகக் கிடைத்திருக்கும் இந்த வாய்ப்பைத் தவறவிடக்கூடாது என்று சொல்லி ஆட்சிப் பொறுப்பை ஏற்றுக்கொள்ளும்படி வற்புறுத்தியதோடு எப்போதும் உங்கள் ஆட்சிக்குத் துணையாக இருப்பேன் என்று உறுதி மொழியும் அளித்தார். பலவாறு யோசித்த காமராஜர் கடைசியாக என்னுடைய நிபந்தனைக்கு உட்பட்டு சம்மதம் சொன்னால் நான் முதலமைச்சராகிறேன் என்றார். அவருடைய நிபந்தனை இதுதான். நான் அமைக்கப்போகும் மந்திரிசபை என் இஷ்டப்படிதான் இருக்க வேண்டும். இவரை மந்திரியாக்கு; அவரை மந்திரியாக்கு என யாரும் அதில் தலையிடக்கூடாது. என் விருப்பப்படி தான் மந்திரிகளை நியமிப்பேன், சம்மதமா?

அனைவரும் ஒப்புக்கொண்டனர். மக்கள் ஆதரவோடும், தொண்டர்களின் பலத்தோடும் தன்னைத் தேடி வந்த மாநில முதல்வர் பதவியை காமராஜர் ஏற்றுக்கொள்ள ஆயத்தமானார். 1954 ஏப்ரல் 13 அன்று ஆயிரக்கணக்கான தொண்டர்கள் சூழ்ந்து வழியனுப்ப பதவியேற்பு விழாவுக்குச் செல்லத் தயாரானவர். தன் காருக்கு முன்னால் நின்ற போலிஸ் வாகனத்திலிருந்து சைரன் ஒலி வந்து கொண்டிருப்பதைக் கண்டு அங்கிருந்த காவல் துறை அதிகாரியிடம், ‘அது என்னய்யா சப்தம்?’ என்று கேட்டார். அதற்கு அந்த அதிகாரி, ‘ஐயா,முதலமைச்சர் வெளியே செல்லும்போது போக்குவரத்தை நெறிப்படுத்துவதற்காக எழுப்பப்படும் சப்தம். முன்னாள் முதல்வர்கள் காலத்திலிருந்து இருந்து வருகின்ற சம்பிரதாயம் இது’ என்று கூறினார். அதைக் கேட்ட காமராஜர், ‘இதோ பாருங்க, இதுக்கு முன்னால இந்த வகையான சம்பிரதாயம் இருந்திருக்கலாம். எனக்கு இதெல்லாம் வேண்டாம்னேன். சப்தம் எழுப்பாமல் போங்கன்னேன்’ என்று உத்தர விட்டார். அன்று முதல் முதலமைச்சர் வண்டிக்கு முன் அலறல் அலப் பறைகள் இல்லாமல் போனது.

பழைய சம்பிரதாயங்களை உடைத்தெறிந்து முதல்வரின் வாகனம் சாலையில் பயணம் செய்ய ஆரம்பித்தது. வள்ளுவர் கோட்ட சந்திப்பை வந்தடைந்த வாகனத்தை அங்கு போக்குவரத்தை ஒழுங்குபடுத்தும் பணியில் இருந்த காவலர் நிறுத்திவிட்டு எதிர்ப்புறத்தில் வந்த வாகனங் களுக்கு சமிஞ்ஞை கொடுத்து அனுப்பிக்கொண்டிருந்தார். அதன்பின் முதலமைச்சர் வந்த வாகனத்தைப் போக அனுமதித்தார். பிறகுதான் தெரிந்தது. முன்னால் சென்ற வாகனத்திலிருந்தவர் முதல்வர். பகீரென்றாகி விட்டது. ஐயோ, சைரன் இல்லாமல் வந்ததால்

முதலமைச்சர் வாகனம் என தெரியாமல் நிறுத்திவிட்டோமே, என்ன ஆகப்போகிறதோ? என பதறியவர் மாலையில் காமராஜரின் வீட்டு வாசலில் வந்து காத்திருந்தார். தெரியாமல் தவறு செய்துவிட்டேன் என சொல்லி மன்னிப்பு கேட்டு மன்றாடிய அந்தப் போக்குவரத்துக் காவலரிடம், 'இந்தா நீ எதுக்கு மன்னிப்பு கேட்கிற? உன் கடமையை தானே செஞ்ச. அதுல ஒன்னும் தப்பு இல்லைங்கிறேன்' என சொல்லிப் பாராட்டி அனுப்பி வைத்தார். இப்படி பழைய சம்பிரதாயங்களை உடைத்தும், கடமை தவறாதவர்களைத் தட்டிக் கொடுத்தும் தன் பயணத்தைத் தொடங்கிய காமராஜர் முதல்வராவது குறித்து பல்வேறு யூகங்கள் நிலவி வந்தன.

அமைச்சரவை அமைப்பது உள்பட எதையும் என் இஷ்டப்படிதான் செய்வேன் என காமராஜர் சொல்லி இருந்ததால் அவருடைய மந்திரி சபையில் ராஜாஜி மந்திரிசபையில் இருந்த எவருக்கும் பதவி இருக்காது. ராஜாஜி கூடாரம் காலியாகி காமராஜரின் கூடாரம் நிரம்பி வழியும் என்று தான் பலரும் நினைத்தனர். 'ராஜாஜி இருந்த இடத்தில் காமராஜரா? அது அவ்வளவு எளிதானதல்ல' என அன்றைய இந்து நாளேடு எழுதியது. ஐந்தாவது படித்தவரால் ஐ.ஏ.எஸ். அதிகாரிகளை வைத்து வேலை வாங்க முடியுமா? பள்ளிக் கல்வியை ஒழுங்காக முடிக்காதவர் மாநிலத்தை எப்படி நிர்வாகம் செய்வார்? என்று மெத்த படித்தவர்கள் பேசினர். சுருங்கச் சொன்னால் காமராஜரால் சிறப்பான ஆட்சியைத் தர முடியாது எனபதே பலரின் கருத்தாகவும், பத்திகை எழுத்தாகவும் இருந்தது. அனைத்தையும் பொய்யாக்கியானார் காமராஜர்!

அமைச்சராக இருப்பவர்கள் சட்டசபை உறுப்பினராகவோ, மேல்சபை உறுப்பினராகவோ இருக்க வேண்டும் என்ற நியதி இருந்தது. காமராஜர் நினைத்திருந்தால் ராஜாஜி செய்ததுபோல் மேல்சபை உறுப்பினராக நியமனம் பெற்று முதலமைச்சராகத் தொடர்ந்திருக்க முடியும். ராஜாஜி அப்படி செய்த போது வருத்தப்பட்ட காமராஜர் அதே தவறை தானும் செய்துவிடக்கூடாது என நினைத்தார். முதல்வராகப் பதவியேற்ற சமயத்தில் ஸ்ரீவில்லிபுத்தூர் நாடாளுமன்றத் தொகுதி உறுப்பினராக இருந்த காமராஜர் ஜனநாயகத்தின்மீது தீவிர நம்பிக்கை கொண்டிருந்ததால் மக்கள் மன்றத்துக்கு சென்றே சட்டசபைக்குத் தேர்வாகி வர வேண்டும் என நினைத்தார். 1954 ஜூலை மாதம் குடியாத்தம் சட்டசபைக்கான இடைத்தேர்தலில் போட்டியிட்டு தன்னை எதிர்த்து நின்ற கம்யூனிஸ்ட் கட்சி வேட்பாளாரை தோற்கடித்து சட்டமன்ற உறுப்பினரானார்.

மற்றவர்கள் யூகித்தும், அனுமானித்தும் பேசிக் கொண்டதைப் போலவும், நினைத்ததைப் போலவும் எவருடைய கூடாரங்களையும் காமராஜர் காலி செய்யவில்லை. மாறாக, கூட்டாக எல்லோரும்

சேர்ந்திருந்து மக்களுக்கும் நாட்டுக்கும் உழைக்கவேண்டும் என விரும்
பினார். தனது அமைச்சரவையில் தன்னோடு சேர்த்து எட்டு பேருக்கு
தான் இடம் என அறிவித்தவர் அதில் ராஜாஜி அமைச்சரவையில் இருந்த
ஐந்து அமைச்சர்களோடு கூடுதலாக இரண்டு அமைச்சர்களை மட்டும்
நியமித்து அனைவரையும் ஆச்சர்யத்தில் மூழ்கடித்தார். ராஜாஜி அமைச்
சரவையில் இருந்து காமராஜர் அமைச்சரவைக்கு வந்திருந்த ஐந்து
அமைச்சர்களில் தமிழ்நாடு காங்கிரஸ் கட்சிக்கான தலைவர்
தேர்தலின்போது தன்னை எதிர்த்துப் போட்டியிட்ட சி.சுப்பிர
மணியமும், காமராஜர் எதிர்ப்பு அணியில் அங்கம் வகித்த எம்.பக்தவச்
சலமும் இருந்ததுதான் அனைவருடைய ஆச்சர்யத்துக்கும் காரணமாக
இருந்தது. பொது நிர்வாகம், காவல்துறை இரண்டையும் தன் வசம்
வைத்துக் கொண்டு பிற துறைகளை மற்றவர்களிடம் கொடுத்தார். தான்
புதிதாக நியமித்த அமைச்சர்களில் ஒருவரான தாழ்த்தப்பட்ட
சமூகத்தைச் சேர்ந்த பி. பரமேஸ்வரனுக்கு இந்து அறநிலையத்
துறைக்கான அமைச்சர் பதவியை வழங்கி அழகு பார்த்தார்.

மக்கள் நலன், மாநில வளர்ச்சி இதை மட்டுமே கவனத்தில் கொண்டு
தன் அமைச்சரவையை அமைத்த காமராஜர் தன்னைவிட தன் அமைச்
சரவை சகாக்களையே எப்பொழுதும் முன்நிறுத்தி வந்தார். சட்ட
மன்றத்தில் மற்றவர்கள் கேள்விகளுக்குப் பதிலளிக்கும் பொறுப்
பைக்கூட சிறந்த வாதத்திறனும், சட்ட ஞானமும், விஷய தெளிவும்
பெற்றுத் திகழ்ந்த சி.சுப்பிரமணியம், எம்.பக்தவச்சலம் ஆகியோரின்
மூலமே செய்து அவர்களைப் பாரபட்சமின்றி தொடர்ந்து
முன்நிறுத்தி வந்தார்.

மூன்று மாதங்களுக்கு ஒருமுறை அமைச்சர்கள், செயலாளர்கள்,
துணைத் தலைவர்களின் கூட்டத்தை கூட்டி விவரங்களைக் கேட்டறி
வார். தடைகள் இருந்தால் அவற்றை நீக்க ஆவண செய்து அதிகாரி
களும், மற்றவர்களும் விரைந்து செயல்பட வகை செய்வார். தன்னை
நாடி வருபவர்களின் கோரிக்கைகள் சரியாக இருக்கும் பட்சத்தில் தயங்
காமல் உதவிகள் செய்வார். முதலமைச்சரான பின்பும் குளிர்சாதன
அறைக்குள் அமர்ந்து பணி செய்ய விரும்பாமல் முன்னைப் போலவே
மக்களைத் தொடர்ந்து சந்திப்பதிலும், அவர்கள் குறைகளைக் கேட்டறி
வதிலுமே கவனமாக இருந்தார். இதனால் மக்களின் பிரச்னைகள்
உடனுக்குடன் அவர் கவனத்துக்குக் கொண்டுவரப்பட்டதால் அவை
தாமதமின்றி நிவர்த்தி செய்யப்பட்டன. மக்களின் தலைவராக இருந்து
ஆட்சி செய்துவந்த காமராஜரை ஒருகாலத்தில் இவரால் முடியுமா? என
ஐயப்பாடுடன் கட்டுரைகள் வெளியிட்ட பத்திரிக்கைகள்கூடப்
பாராட்டி எழுத ஆரம்பித்தன.

‘நான் எந்த சர்வகலாசாலையிலும் படித்ததாய் சொல்லவில்லை. எனக்கு பூகோளம் தெரியும். அனேகமாக தமிழ்நாட்டின் எல்லா பகுதிகளும் தெரியும். எங்கு ஆறுகள் ஓடுகிறது? எங்கு ஏரிகள் இருக்கிறது? என்பதெல்லாம் கூட தெரியும். எந்தெந்த ஊரில் மக்கள் என்னென்ன தொழில் செய்து பிழைக்கிறார்கள் என்பதும் எனக்கு தெரியும். இவையெல்லாம் பூகோள சாஸ்திரம் இல்லையென்றால், நேர்கோடுகளையும், வளை கோடுகளையும் கொண்ட புத்தகங்கள் தான் பூகோளம் என்றால் அது எனக்கு தெரியாது’ என்று சொல்லுமளவுக்கு மக்களின் நாடித் துடிப்புகளையும், அவர்கள் வாழ்வியல் பிரச்னைகளையும் தெளிவாகத் தெரிந்து வைத்திருந்த காமராஜர் நல்லாட்சி தரவும், நேர்மையான நிர்வாகம் தரவும் படிப்பு தேவையில்லை. நல்ல எண்ணமும், மக்கள் மீது உண்மையான அக்கறையும், உறுதியான அணுகுமுறையும் இருந்தால் போதும் என்பதைச் செயல்முறையில் எடுத்துக்காட்டினார்.

சட்டங்கள் மக்களுக்காக இருக்கவேண்டுமே தவிர சட்டங்களுக்காக மக்கள் என்ற நிலை இருக்கக்கூடாது என்பது காமராஜரின் எண்ணம். அதனால் அவசியப்பட்டால் அந்தச் சட்டங்களை மாற்றியமைக்கவும் அவர் தயங்கவில்லை. ஒரு சமயம் புதிய திட்டம் குறித்து உத்தரவிடும்படி ஓர் அதிகாரியிடம் அவர் சொன்னபோது அந்த அதிகாரி அப்படிச் செய்ய ஜி.ஓ இடம் தராது சார் என்றார். உடனே காமராஜர் ஜி.ஓ.ன்னா என்ன? நீங்கள் ஃபைலில் எழுதி வைப்பதில் நான் கையெழுத்து போட்டால் அது ஜி.ஓ. தானே? ஜி.ஓ. இடம் தராது என சொல்லிக் கொண்டிருப்பதற்குப் பதில் புதிதாக எழுதிக் கொண்டு வாருங்கள்., அதில் நான் கையெழுத்து போடுகிறேன். அதன்பின் அது புது ஜி.ஓ. ஆகிவிடுமல்லவா? என்றார்.

இன்னொரு சமயம், ஒரு கிராமப் பஞ்சாயத்தில் இருந்த குளத்தில் மீன் பிடிக்கும் உரிமையை யாருக்கு வழங்குவது என முடிவு செய்ய வேண்டிய சூழலில் அந்தத் துறை சார்ந்த செயலாளரை அழைத்து காமராஜர் அபிப்பிராயம் கேட்டார். அவரோ தனிநபருக்கோ, சிலருக்கோ, ஒரு கூட்டுறவு சங்கத்துக்கோ அந்த உரிமையைக் கொடுத்தால் அதனால் தனிநபரும், சிலரும்தான் பயனடைவார்கள். மாறாக, கிராமப் பஞ்சாயத்துக்கே கொடுத்துவிட்டால் அந்தக் கிராமமே பயனடையும் என்று தன் கருத்தைச் சொன்னார். உடனே காமராஜர் அப்படியே செய்துவிடுங்கள் என்று சொன்னதும் அந்த அதிகாரி அதற்குச் சட்டத்தில் இடமில்லை என்றார். நீங்கள்தான் அப்படிச் செய்தால் நல்லது என்றீர்கள். அந்த நல்லதைச் செய்ய சட்டம் தடை என்றால் அதை மாற்ற உத்தரவிட வேண்டியது தானே? என்றார்.

தனக்கு வேண்டியவர், தன்னோடு அன்பாக இருப்பவர். அதனால் எதையும் சாதித்துக் கொள்ளலாம் என்று நினைத்து எவரும் காமராஜரை

அணுகிவிடமுடியாது. யார் சொல்கிறார்கள், செய்கிறார்கள் என்பதைவிட அதனால் மக்களுக்கு, மாநிலத்துக்கு, நாட்டுக்கு என்ன கிடைக்கும் என்று மட்டுமே பார்ப்பார். கோயமுத்தூரில் மருத்துவக் கல்லூரி அமையவேண்டும் என்றும் அதற்கு அங்குள்ள வசதி படைத்தவர்கள் இருபது லட்சம் ரூபாய் நன்கொடை தருவதற்குத் தயாராக இருப்பதாகவும் சொல்லி சிலர் காமராஜரை அணுகினார்கள். அவர்களிடம் இந்தத் திட்டத்துக்கு மொத்தம் எவ்வளவு செலவாகும்? என காமராஜர் கேட்டதும், மொத்தம் ஒரு கோடி செலவாகும். அதில் இருபது லட்சம் போக மீதி எண்பது லட்சத்தை அரசாங்கம் கொடுக்கவேண்டும் என்றும் இருபது லட்சம் நன்கொடை கொடுப்பவர்கள் நிர்வாகத்தை ஏற்று நடத்துவார்கள் என்றும் சொன்னதோடு சுகாதார துறை மந்திரியும் இதற்கு ஒப்புதல் அளித்து விட்டார் என்றார்கள். இதைக்கேட்ட காமராஜர் எண்பது லட்சம் கொடுக்கின்ற அரசாங்கம் கூடுதலாக இருபது லட்சத்தையும் கொடுக்காதா? அந்த ஒரு கோடியை அரசாங்கமே போட்டுவிட்டு அரசு கல்லூரியாகவே அதை நடத்தலாமே? என்றதும் வந்தவர்கள் வந்த வாசலிலேயே வெளியேறினர்.

இன்னொரு சந்தர்ப்பத்தில் பஸ் கம்பெனி முதலாளிகள் அத்தொழிலில் நல்ல லாபம் இல்லை என்றும், நிறைய நஷ்டம் வருவதால் வரியைக் குறைக்கவேண்டும் என்றும் காமராஜரிடம் கேட்டனர். உடனே அவர் இவ்வளவு நஷ்டத்தில் இயங்குவதாக குறைபட்டுக் கொள்ளும் நீங்கள் ஏன் புதிய பேருந்துத் தடங்களை கேட்பதில் மட்டும் ஆர்வம் காட்டுகிறீர்கள்? நஷ்டப்படக்கூடிய தொழிலுக்கு ஏன் இவ்வளவு போட்டிப் போடுகிறீர்கள்? என்றதும் வரிச்சலுகை கேட்டு வந்தவர்கள் வாயடைத்துப் போனார்கள்.

அதே நேரம் காரணங்கள் சரியாக இருந்தால் தவறுகளைச் சரிசெய்யவும், சலுகைகள் செய்து கொடுக்கவும் அவர் தயங்குவதே இல்லை. ஒருமுறை சுற்றுப்பயணத்தில் இருந்த காமராஜரைச் சந்தித்த அப்பளத் தயாரிப்பாளர்கள் மற்ற உணவுப்பொருட்களுக்கெல்லாம் இரண்டு சதவிகிதம்தான் விற்பனை வரி விதிக்கப்படுகிறது. ஆனால், அப்பளத்துக்கு மட்டும் ஆறு சதவிகிதம் விற்பனை வரி போடு கிறீர்களே? இது என்ன நியாயம்? என்று கேட்டனர். சென்னை சென்றதும் விசாரிப்பதாகச் சொல்லி அவர்களை அனுப்பிவைத்தவர், வந்ததும் சம்பந்தப்பட்ட துறை அமைச்சரையும், அதிகாரிகளையும் அழைத்து விசாரித்தார். அவர்கள் பாக்கெட் செய்யப்பட்ட உணவுப் பொருட்களுக்கு ஆறு சதவிகித வரி என்றுதான் சட்டம் உள்ளது என்றனர். அதற்கு காமராஜர் சட்டத்தில் குறிப்பிடப்பட்டுள்ள உணவுப்

பொருட்கள் வேறு வகையானது. அது அப்பளத்துக்குப் பொருந்தாது என்பதைச் சுட்டிக்காட்டி சரிசெய்ய ஏற்பாடு செய்தார்.

பதவியேற்றதும் ராஜாஜியின் பதவிக்கு வேட்டு வைத்த குலக்கல்வியை ஒழித்து பெரியாரால் பச்சைத்தமிழன் என்று பாராட்டப்பெற்ற காம ராஜர் தன் அமைச்சரவை சகாக்கள், அதிகாரிகள், துறை செயலாளர்கள் என அனைவரையும் ஒன்றிணைத்து மக்களின் நலனுக்காகச் செயல் பட்டார். மக்களின் வாழ்க்கைத் தரம் உயர தன் வாழ்நாள் முழுமைக்கும் பாடுபட்ட அந்தப் பச்சைத்தமிழர் அதிலிருந்து இம்மியும் பிசகிவிடக் கூடாது என்பதில் உறுதியாக இருந்தார். மக்களுக்காக அவர் கொண்டு வந்த நலத்திட்டங்கள் நாட்டுக்கே வழிகாட்டின.

9

கல்விக் கண் திறந்த கர்மயோகி

காங்கிரஸுக்கு எதிராக அரசியல் களத்தில் நின்ற திராவிடக் கட்சிகளின் வளர்ச்சியைக் கண்டு காங்கிரஸ் கட்சியிலிருந்தவர்கள் கவலை கொண்டிருந்த நேரத்தில் கவிஞர். எஸ்.டி. சுந்தரம்காமராஜரைச் சந்தித்து, 'ஐயா நம் கட்சியின் சாதனைகளை விளக்கி ஒரு விளம்பரப் படம் எடுக்க வேண்டும் என்றும் அதைத் தமிழகத்தில் உள்ள எல்லாத் திரையரங் குகளிலும் திரையிட ஏற்பாடுகள் செய்ய வேண்டும்' என்றும் கேட்டார்.

அதற்கு எவ்வளவு செலவாகும்? என்றார் காமராஜர். சுமார் மூன்று லட்சம் வரை செலவாகும் என்றார் சுந்தரம்.இதைக் கேட்ட காமராஜர், 'ஏ! அப்பா! மூணு லட்சமா? அது இருந்தா மூணு பள்ளிக்கூடத்தை திறந்து விடுவேனே! விளம்பரமும் வேண்டாம். படமும் வேண்டாம்' என சொல்லியனுப்பி விட்டார். வருங்கால சமுதாயம் சிறப்பாக வாழ வேண்டுமானால் கல்வி முக்கியம் என நினைத்த காமராஜர், ராஜாஜியின் குலக்கல்வி முறையை முடிவுக்குக் கொண்டு வந்ததோடு அவர் ஆட்சியில் மூடப்பட்ட 6000 ஆரம்பப் பள்ளிகளையும் திறக்க உத்தரவிட்டார். ஆனால் அது மட்டும் போதுமா? தேவையான அளவுக்கு பள்ளிக்கூடங்களைப் புதிதாக உருவாக்க வேண்டாமா?

அப்போதைய சென்னை மாகாணத்தின் பொதுக்கல்வித் துறை இயக்குனராகப் பொறுப்பேற்றிருந்த நெ.து.சுந்தரவடிவேலுவை அழைத்தார்.குழந்தைகள் எட்டாம் வகுப்பு வரை மட்டும் படித்தால் போதாது. எல்லோரும் பத்தாம் வகுப்பு வரை படிக்க வேண்டும். வருமானம், சாதி போன்ற பாகுபாடின்றி அனைத்துக் குழந்தைகளுக்கும் அக்கல்வியை இலவசமாக வழங்கவேண்டும். அதற்காகப் போதுமான பள்ளிகளைத் திறக்கவேண்டும். தொடக்கக்கல்வி கற்க வரும் எந்தக் குழந்தையும் ஒரு மைல் தொலைவுக்குமேல் நடக்கக்கூடாது. அதற்கேற்ப பள்ளிகளைத் திறக்கவேண்டும். அதேபோல நடுநிலைப் பள்ளிகள் மூன்று மைல் தூரத்துக்கு ஒன்று என்ற விதத்திலும், இரண்டு

உயர்நிலைப் பள்ளிகளுக்கிடையே உள்ள தூரம் ஐந்து மைல் என்ற அளவிலும் இருக்கவேண்டும். இதைக் கட்டம் கட்டமாகச் செயல்படுத்துவதற்கு ஏதுவாக திட்டங்களை வகுத்துச் சொல்லுங்கள் என்றார். போதுமான நிதி இருக்குமா என்று சுந்தரவடிவேலு கேட்டபோது, அதைப்பற்றி நீங்கள் கவலைப்பட வேண்டாம், நான் பார்த்துக் கொள்கிறேன் என்றார் காமராஜர். திட்டம் செயல்படுத்தப்பட்டது. ராஜாஜி மூடிய ஆறாயிரம் பள்ளிகளோடு புதிதாக 14,000 பள்ளிகள் கட்டி முடிக்கப்பட்டன. காமராஜர் பதவியேற்பதற்கு முன் பதினாறாயிரம் தொடக்கப்பள்ளிகள் இருந்தன. பதவியேற்றபின் அதன் எண்ணிக்கை இருபதாயிரமாக உயர்ந்தது. 300 மக்கள் வாழும் ஊரில் தொடக்கப்பள்ளி, 2000 மக்கள் வாழும் ஊரில் நடுநிலைப்பள்ளி, 5000 மக்கள் வாழும் சிறிய நகரங்களில் உயர்நிலைப் பள்ளி என்று திட்டமிட்டு பள்ளிக்கூடங்கள் கட்டப்பட்டன. ஆண் டொன்றுக்கு 1735 புதிய வகுப்புகளைத் தொடங்கவேண்டும் என்ற லட்சியப்படி 1956 முதல் 1959 வரையிலான மூன்றாண்டுகளில் 6068 புதிய வகுப்புகள் தொடங்கப்பட்டன. பல முக்கியத் தலைவர்களின் மாநிலங்களில் உள்ள கிராமங்களில் பள்ளிகளே இல்லை என்ற நிலை இருந்த சமயத்தில் பள்ளிக்கூடமே இல்லாத கிராமம் தமிழ்நாட்டில் இல்லை என்று அரசாங்கம் பெருமிதத்துடன் அறிக்கை வெளியிடும் நிலையில் தமிழ்நாடு திகழ்ந்தது.

மாநிலம் மூன்று உட்பிரிவுகளாகப் பிரிக்கப்பட்டு கட்டாயக் கல்விமுறை அமல்படுத்தப்பட்டது. கட்டாயக்கல்வி அமலில் இருக்கும் பகுதிகளில் இயங்கிய கமிட்டிகள் பள்ளிக்குச் செல்லும் வயது வந்தும் செல்லாத குழந்தைகளின் பட்டியலைத் தயார் செய்தல், அவர்கள் அப்படி வராமலிருப்பதற்கான காரணங்களை ஆராய்தல், பெற்றோர்களிடம் பிள்ளைகளைப் பள்ளிக்கு அனுப்புமாறு பிரசாரம் செய்தல், அவர்களுக்குத் தக்க ஆலோசனைகள் வழங்குதல் போன்ற பணிகள் பிள்ளைகளைப் பள்ளிகளை நோக்கி அழைத்து வர உதவின. ஆரம்பக் கல்விச்சட்டத்தின்கீழ் குற்றம் செய்பவர்கள்மீது நடவடிக்கை எடுத்து அபராதம் விதிப்பதன் மூலமும், கட்டாயக் கல்வி பெறும் குழந்தைகளுக்குப் பாடநூல்கள், சிலேட்டுகள் இலவசமாக வழங்குவதன் மூலமும் பள்ளிக்கு வரும் குழந்தைகளின் எண்ணிக்கையை அதிகரிக்க தீவிர முயற்சிகள் மேற்கொள்ளப்பட்டன. இதனால் வறுமை நிலையில் இருந்தபோதும் திறக்கப்பட்ட பள்ளிகளுக்கு பெற்றோர்கள் பிள்ளைகளை அனுப்பி வைத்தனர்.

பள்ளிக்கூடங்களில் அடிப்படை வசதிகளை பெருக்குவதற்காக உள்ளூர் மக்களின் ஒத்துழைப்பைப் பெறும் வகையில் மாநிலம் முழுவதும் பள்ளிச் சீரமைப்பு மாநாடுகள் நடத்தப்பட்டன. அதன் முதல் மாநாடு

1958 பிப்ரவரி 20 அன்று கடம்பத்தூரில் நடைபெற்றது. இத்தகைய மாநாடுகளில் காமராஜரும், அவருடைய அமைச்சரவையில் இருந்த அமைச்சர்களும் கலந்துகொண்டு மக்களிடமிருந்து நிதி திரட்டினர். 1958ல் தொடங்கி 1963 வரை நடத்தப்பட்ட நூற்றைம்பதுக்கும் மேற் பட்ட இத்தகைய மாநாடுகளின்மூலம் 6.47 கோடி ரூபாய் வரை பொது மக்களிடமிருந்து திரட்டப்பட்டு அவை பள்ளிச் சீரமைப்பு, சிறுவர் சிறுமியருக்கு இலவச உணவு மற்றும் சீருடை ஆகியவற்றுக்குப் பயன் படுத்தப்பட்டன. பள்ளிகளின் அபிவிருத்திக்காக மக்களின் ஆதரவைத் திரட்டும் இந்தத் திட்டம் தன்னை மிகவும் கவர்ந்துள்ளதாகவும், இதை மற்ற மாநிலங்களும் பின்பற்றவேண்டும் என்றும் டாக்டர் ராஜேந்திர பிரசாத் கூறினார்.

இதுதவிர, அந்தந்தப் பகுதி உள்ளூர் மக்களும் பள்ளிகளுக்குத் தேவையான இடவசதி, மேஜை, நாற்காலி, இதர உபகரணங்களை வழங்கி வந்தனர். இதனால் அனைவருக்கும் கல்வி என்ற காமராஜரின் கனவு மெல்ல, மெல்ல நனவாகத் தொடங்கியது. ஒருவனுக்கு அழியாத செல்வமாக வாழ்நாள் முழுமைக்கும் இருக்கக்கூடிய கல்வியை எந்த வகையிலும் கொடுத்தே ஆகவேண்டும் என்பதில் உறுதியாக இருந்தவர் 1200 ரூபாய் வருட வருமானம் உள்ள அனைவரும் இலவசக்கல்வி பெறலாம் என அறிவித்தார். ஆனால் கணக்குப் போட்டு பார்த்ததில் வெறும் 17 சதவிகித மக்கள் மட்டுமே இதனால் பயனடைகிறார்கள் என்பதை அறிந்த காமராஜர் ஏழைக்குழந்தைகள் அனைவருக்குமே இலவசக்கல்வி என அறிவித்தார். இந்தியாவில் எவரும் செய்திராத சாதனையாக அது அமைந்தது.

காமராஜர் ஒருமுறை கிராமங்கள் வழியே சுற்றுப்பயணம் செய்து கொண்டிருந்தபோது அங்கு சில சிறுவர்கள் மாடு மேய்த்துக்கொண்டிருப் பதை கண்டார். உடனே வாகனத்தை நிறுத்திவிட்டு இறங்கி அங்கிருந்த சிறுவனை அழைத்து ஏன் பள்ளிக்கூடம் போகவில்லை? எனக் கேட்டார். பள்ளிக்கூடம் போனா யாரு சோறு போடுவா? என அந்த சிறுவன் திருப்பிக் கேட்டான். அப்ப சோறு போட்டா போவியா? என காமராஜர் கேட்டதும் போவேன் என்றான். சட்டென காமராஜருக்கு மனதில் அன்றாட கூலி வேலைகளுக்குச் செல்லும் மக்களால் எப்படி குழந்தைகளுக்கு மதிய உணவை கொடுத்தனுப்ப முடியும்? என்ற பொறி தட்டியது. பள்ளிக் கூடத்தைக் கட்டிவிட்டால் மட்டும் போதுமா? குழந்தைகளின் பசியைப் போக்க வேண்டாமா?

சென்னை மாநகராட்சிப் பள்ளிகளில் மட்டும் அப்பொழுது ஏழைக் குழந்தைகளுக்கு மதிய உணவு வழங்கப்பட்டு வந்தது. அதை மாநிலம்

முழுக்க விரிவுபடுத்தவேண்டும் என முடிவு செய்தார். அதன் முதல் கட்டமாக 1957ம் ஆண்டு நவம்பர் முதல் தேதியிலிருந்து பகல் உணவுத் திட்டம் அரசு நிதி உதவியோடு அரசாங்கத்தின் ஆதரவு பெற்ற திட்டமாக விரிவுபடுத்தப்பட்டது.

இத்திட்டத்தின் தொடக்க விழாவை பாரதி பிறந்த எட்டையபுரம் மண்ணில் தொடங்கி வைத்துப் பேசிய காமராஜர், 'அரசாங்கம் இந்தத் திட்டத்தைச் செயல் படுத்துவதற்கு முன்பே பல ஊர்காரர்கள் தாங்களே பகல் உணவுத் திட்டத்தை நடத்த ஏற்பாடுகள் செய்து வைத்திருக் கிறார்கள். அவர்களுக்கு என் பாராட்டுகள். மனிதன் வாழ்வதற்கு படிப்பு அவசியம். அதைப் பட்டினியாக இருந்து கொண்டு எப்படி செய்ய முடியும்? எனவே பள்ளிக்கூடங்களில் ஏழை குழந்தைகளுக்கு சாப்பாடு போடுவதை முக்கியமாகக் கருதுகிறேன். அதற்காக என் எல்லா வேலைகளையும் ஒதுக்கிவைத்துவிட்டு ஊர் ஊராகப் போய் பிச்சை எடுக்கவும் தயாராக இருக்கிறேன்' என உணர்ச்சிகரமாக பேசினார். இதைக்கேட்ட மக்கள் நீங்கள் ஏன் பிச்சை எடுக்க வேண்டும்? நாங்கள் உதவி செய்கிறோம் என முழங்கினர்.

வசதி படைத்தவர்கள் பணமாகவும், விவசாயிகள் விளைபொருட் களாகவும் உதவிகள் வழங்க முதல் கட்டமாக 4200 பள்ளிகளில் 1,20,000 மாணவர்களுக்குப் பகல் உணவு வழங்கப்பட்டது. அது பின்னர் மாநிலம் முழுமைக்கும் விரிவுபடுத்தப்பட்டது. பள்ளிக்குழந்தை களுக்குப் பகல் உணவு அளிக்கும் திட்டம் வேறு எந்த மாநிலத்திலும் இல்லாத புதுமை என்று நேரு பாராட்டினார்.

பள்ளிக்கு வரும் குழந்தைகளுக்கிடையே மனத்தளவில் எந்தப் பாகு பாடும் வரக்கூடாது என்பதற்காக அவர்களுக்குச் சீருடைகள் வழங்கப் பட்டன. இப்படிக் குழந்தைகளின் எதிர்காலத்தைப் பிரகாசமாக்க வாசல் திறந்தவர் அவர்களுக்குக் கற்றுத்தரும் ஆசிரியர்களின் வேலை நாள்களை 180ல் இருந்து 200 நாள்களாக உயர்த்தினார். மாணவர்களின் நலனுக்காக இதைச் செய்தவர் ஆசிரியர்களுக்கு பிராவிடண்ட் ஃபண்ட், இன்சூரன்ஸ், ஓய்வூதியம் ஆகிய மூவகை சலுகை அளிக்கும் திட்டத்தை வழங்கினார். 1955ல் தொடக்கப்பள்ளி ஆசிரியர்களுக்கு மட்டும் கிடைத்த இந்தப் பலனை 1958 முதல் உயர்நிலைப் பள்ளி ஆசிரியர்களும் பெற்றனர். அதன் பின்னர் கல்லூரி ஆசிரியர்களுக்கும் அத்திட்டம் விரிவுபடுத்தப்பட்டது.

கல்வி வளர்ச்சி என்பது ஒரு குறுகிய வட்டமல்ல என்பதை உணர்ந் திருந்த அந்தப் படிக்காத மேதையின் ஆட்சிக்காலத்தில்தான் பத்து பொறியியல் கல்லூரிகள் உருவாக்கப்பட்டன. இதுதவிர மருத்துவக் கல்லூரி, ஆசிரியர் பயிற்சிக்கல்லூரி, திரைப்படக்கல்லூரி, கால்நடை

மருத்துவக் கல்லூரி, ஐ.டி.ஐ. என்றழைக்கப்படும் தொழிற்பயிற்சி நிலையங்கள் ஆகியவையும் உருவாக்கப்பட்டன.

இந்தியாவிலேயே முதல் முறையாகப் பொது நூலகச் சட்டம் கொண்டுவரப்பட்டு ஏராளமான நூலகங்கள் திறக்கப்பட்டன. 1953ல் சென்னை மாகாணத்தில் மட்டும் இருந்த ஒரே ஒரு கிளை நூலகம் 1961ல் 454 கிளை நூலகங்களாகப் பரவியது. எதிர்கால சந்ததிகளுக்கு அவர்களின் வளர்ச்சிக்கும் முன்னேற்றத்துக்குமான வாசலை மிகப் பெரிதாகவே திறந்துவிட்டு அதில் வெற்றியும் கண்ட காமராஜர் தொடர்ந்து மக்கள் மற்றும் மாநில நலனின் வளர்ச்சியிலும் கவனம் செலுத்தினார்.

10

தொழில்துறையும் தொழிலாளர்களும்

கல்வித்துறையைப் போல தொழில் துறையிலும் காமராஜர் ஆட்சியில் பல உச்சங்களும் உயரங்களும் தொடப்பட்டன. அதற்காகப் பல்வேறு திட்டங்கள் தீட்டப்பட்டன. தனியார் துறை, அரசுத் துறை, கூட்டுறவுத் துறை, அரசும் – தனியாரும் இணைந்து நடத்தும் துறை என ஒவ் வொன்றும் போட்டிப் போட்டுக் கொண்டு தொழில் துறையில் முன்னேற்றம் கண்டன. ஒவ்வொன்றுக்கும் தனித்தனி அமைச்சர்களைத் தேடிக்கொண்டிருந்தால் நேரம் விரயமாகும் என்று நினைத்த காமராஜர் ஒரு துறையின் கீழ் வரும் எல்லா விஷயங்களிலும் அத்துறையின் அமைச்சரே முடிவெடுக்க ஏதுவாகப் பொறுப்புகளை வழங்கி இருந்தார். தொழில் வளர்ச்சிக்குரிய மின்சாரம், விற்பனை வரி, போக்கு வரத்து, தொழிலாளர் நலன் ஆகிய அனைத்துத் துறைகளையுமே ஒரே அமைச்சரிடம் கொடுத்திருந்ததால் மாநிலத்தின் தொழில்துறை வளர்ச்சியும் வேகம் பிடிக்க ஆரம்பித்தது.

இந்தியாவின் முதல் மாநிலமாகத் தொழில்துறையில் தமிழகத்தை கொண்டுவருவதற்குத் தீவிர முயற்சிகள் மேற்கொள்ளப்பட்டன. ஒரு மாநிலத்தின் தொழில் வளர்ச்சிக்கு அவசியமான இயற்கை ஆதாரங்கள், மின்சாரம், போக்குவரத்து வசதி, நீர் வசதி, தொழிலாளர் மேம்பாடு ஆகியவற்றில் காமராஜர் தீவிரக் கவனம் செலுத்தினார். இதற்காக மாநிலத்தின் உள்கட்டமைப்பு வசதிகள் சீர் செய்யப்பட்டன. உள்ளூர் மூலப்பொருட்களைக் கொண்டு செயல்படும் தொழிற்சாலைகளுக்கு ஊக்கமளித்ததோடு இல்லாமல் புதிதாகத் தமிழ்நாட்டில் தொழில் தொடங்குவதற்கான வாய்ப்புகள் வரும்போதெல்லாம் அவற்றைத் தவற விட்டு விடாமல், வேறு இடங்களுக்குச் சென்று விடாமல் தக்க வைப்பதற்கான முயற்சிகளில் காமராஜர் கவனமாக இருந்தார்.

ஒருமுறை மத்திய அரசிடமிருந்து வந்திருந்த அதிகாரிகள் சம்பிரதாய நடைமுறைக்காக காமராஜரைச் சந்தித்தபோது நீங்கள் இங்கு வந்த

நோக்கம் என்ன? என்று அவர்களிடம் கேட்டார். அதற்கு அவர்கள் மத்திய அரசின் தொழிற்சாலை ஒன்றை நிறுவ இடம் பார்க்க வந்த தாகவும், இங்கு அதற்கேற்ற இடம் தோதாக அமையாததால் பெங்களூருக்குச் செல்ல இருப்பதாகவும் சொன்னார்கள். அவர்களிடம் என்ன வசதிகளை எதிர்பார்க்கிறீர்கள் என காமராஜர் கேட்டதும் சாலை, ரயில், விமானப் போக்குவரத்து வசதியோடு பரந்த நிலமும், நல்ல நீர்வளமும் வேண்டும் என்றார்கள். உடனே காமராஜர், திருச்சி அருகே இருக்கும் திருவெனும்பூரைப் பார்த்தீர்களா? ஒருமுறை அங்கு போய் பார்த்துவிட்டு முடிவெடுங்களேன் என்றார். அந்த வேண்டுகோள் அங்கு மத்திய அரசின் கனரக கொதிகலன் தொழிற்சாலை வருவதற்குக் காரணமாக இருந்தது. இன்று பலருக்கும் வேலை வாய்ப்பை அளித்துக் கொண்டிருக்கும் பெல் தொழிற்சாலை இப்படிதான் அங்கு வந்தது.

அதேபோல மண்ணுக்குள் இருக்கும் நிலக்கரியைத் தோண்டி எடுக்கும் பழுப்பு நிலக்கரிச் சுரங்கம் அமைக்கும் வாய்ப்பு வந்தது. வெளிநாட்டு ஒத்துழைப்புடன் உருவான இந்தத் திட்டத்துக்குத் தேவையான கனரக இயந்திரங்கள் கப்பல்களில் வந்திறங்கின. அவற்றைச் சாலை வழியாகக் கொண்டு செல்வது எப்படி? என ஆலோசிக்க வல்லுநர்களை அழைத்து காமராஜர் பேசியபோது அது சாத்தியமாகாது என்பது போல அவர்கள் காரணம் சொல்லிக்கொண்டே போக கடுப்பான காமராஜர் 'கொண்டு போவதற்கு வழி சொல்லத்தான் உங்களை நான் இங்கு அழைத்தேன். கொண்டு போகமுடியாது என சுட்டிக்காட்டுவதற்கு அல்ல. எனவே உரிய இடத்துக்குக் கொண்டு செல்ல செய்ய வேண்டிய வைகளை உடனே செய்யுங்கள்' என்று கடுமையாகக் கூறினார். அதற்கு பின் மறு பேச்சுக்கு அங்கு வேலையில்லாமல் போகவே நெய்வேலி பழுப்பு நிலக்கரி சுரங்கம் உருவானது.

இவற்றோடு மத்திய அரசுத் துறையின்கீழ் பெரம்பூர் ரயில் பெட்டி தொழிற்சாலை, கிண்டி இந்துஸ்தான் டெலிபிரிண்டர் தொழிற்சாலை, சேலம் இரும்பு உருக்காலை, ஊட்டி இந்துஸ்தான் போட்டோ பிலிம் தொழிற்சாலை, நந்தம்பாக்கம் அறுவை சிகிச்சைக்கான கருவிகள் தயாரிப்பு தொழிற்சாலை, அரவங்காடு துப்பாக்கி தொழிற்சாலை, ஆவடியில் ராணுவத் தளவாட உற்பத்தி தொழிற்சாலை, அரக் கோணத்தில் இலகுரக ஸ்டீல் தொழிற்சாலை ஆகியவை தொடங் கப்பட்டன.

மாநில அரசு முதலீட்டின்கீழ் கிண்டி, விருதுநகர், தஞ்சாவூர், திருச்சி, காட்பாடி, ஈரோடு, மதுரை, மார்த்தாண்டம் உள்ளிட்ட இடங்களில் 19 தொழிற்பேட்டைகள் உருவாக்கப்பட்டு சிறுதொழில்களின் வளர்ச்சி ஊக்குவிக்கப்பட்டது. அதோடு சிறுதொழில் புரிவோருக்குத்

தொழில்நுணுக்க ஆலோசனைகள், குறைந்த விலையில் மூலப் பொருட்கள் , மின்சார வசதி ஆகியவையும் அளிக்கப்பட்டன. இத்தொழிற்பேட்டைகளில் நேருவால் திறந்து வைக்கப்பட்ட கிண்டி தொழிற்பேட்டை ஆசியாவிலேயே சிறப்பானதாக விளங்கியது.

தனியார்துறை முதலீட்டின் கீழ் பொறியியல், சிமெண்ட், வாகன உதிரி பாகங்கள், ஜவுளி, சர்க்கரை, மோட்டார் வாகனம், காகிதம், மின்சார கேபிள்கள், சைக்கிள்கள், அலுமினியம், தீப்பெட்டி, சோடா உப்பு, எரிசாராயம் ஆகியவற்றின் உற்பத்தி ஆலைகள், சுண்ணாம்புக்கல், மாக்னசைட் சுரங்கங்கள், தோல் பதனிடும் ஆலைகள், 160 க்கும் மேற்பட்ட நூற்ப்பாலைகள் தொடங்கப்பட்டன. வண்டலூரில் ஸ்டாண்டர்டு மோட்டார்ஸ் நிறுவனம் சார்பாக கார்கள், டிரக்குகள் தயாரிக்கும் தொழிற்சாலை, சிம்சன் நிறுவனம் சார்பாக டீசல் எஞ்சின்கள், வாகன உதிரி பாகங்கள் தயாரிக்கும் தொழிற்சாலை, டி.வி.எஸ் இந்தியா பிஸ்டன்ஸ் ஆகிய நிறுவனங்களைச் சேர்ந்த தொழிற்சாலைகள் காமராஜர் ஆட்சியில் உருவாயின.

எண்ணூர் அனல்மின் நிலையம், தூத்துக்குடி துறைமுகம் ஆகியவை உருவானதற்கு காமராஜரின் துணிச்சலும் ஒரு காரணம். ஒருமுறை தொழில் முதலீடு சம்பந்தமாக ஒரு பெரிய முடிவெடுக்க வேண்டி யிருந்தது. நிர்வாக அதிகாரிகளோ இதனால் பெரிய நஷ்டம் வரக்கூடும் என விளக்கிய போது பெரிய திட்டங்களை நிறைவேற்ற வேண்டு மானால் ரிஸ்க் எடுத்துதான் ஆக வேண்டும். அப்படி எடுக்காவிட்டால் அது அந்த திட்டங்களுக்கே உலை வைத்துவிடும் என்றார் காமராஜர். காமராஜரின் இந்த அணுகுமுறைதான் அவர் பதவியேற்றபோது தொழில்துறை வளர்ச்சியில் 1339 தொழிற்சாலைகளை மட்டும் கொண்டிருந்த தமிழகத்தை இந்தியாவிலேயே மூன்றாவது இடத்துக்கு முன்னேறி வரவைத்தது.

தொழில்துறை வளர்ச்சிக்கு மிக அவசியமான மின்சார வசதியை பெருக்குவதில் காமராஜர் தீவிரக் கவனம் செலுத்தினார். அதற்காகப் பல திட்டங்கள் தீட்டப்பட்டு மாநிலம் முழுவதும் செயல்படுத் தப்பட்டன.

- ஆழியாறு – பரம்பிக்குளம் திட்டம் மூலம் 1,85,000 கிலோ மெகாவாட் மின்சாரம்.
- பெரியாறு அணை பகுதியில் ஒன்பது கோடி ரூபாய் செலவில் நீர் மின்சார நிலையம் அமைக்கப்பட்டு ஒரு லட்சம் கிலோ வாட் மின்சாரம் தயாரிக்கப்பட்டது.

- கூடலூர் நீர் மின்திட்டம் மூலம் 1,40,000 கிலோ வாட் மின்சாரம்.
- சமயநல்லூர் அனல் மின்திட்டம் மூலம் 14,000 கிலோ வாட் மின்சாரம்.
- மேட்டூர் புனல் உற்பத்தித் திட்டம்மூலம் 1,00,000 கிலோ வாட் மின்சாரம்.
- கனடா நாட்டு ஒத்துழைப்புடன் அமைக்கப்பட்ட குந்தா அணையி லிருந்து நீர் மின்சார திட்டம் மூலமாக ஒரு லட்சத்து நாற்பதாயிரம் கிலோ மெகாவாட் மின்சாரமும் உற்பத்தி செய்யப்பட்டது.

இவைதவிர சாண்டியநல்லூர் நீர் மின்திட்டம், மேல் தாமிரபரணி, சுருளியாறு, பாலியாறு, ஒக்கனேக்கல் நீர் மின்திட்டங்கள் மூலமும், சென்னை அனல்மின் நிலையம், நெய்வேலி அனல்மின் நிலையம் ஆகியவற்றின் மூலமும் மின்சாரம் பெருமளவு தயாரிக்கப்பட்டு தொழில் வளர்ச்சிக்கும், விவசாய மறுமலர்ச்சிக்கும் பயன்படுத்தப் பட்டது.

தொழில்துறை வளர்ச்சியில் காட்டிய அதே வேகத்தைத் தொழிலாளர் நலனிலும் காமராஜர் மேற்கொண்டார். ஆகஸ்ட் புரட்சிக்கு பிறகே தொழிலாளர் நலனில் காங்கிரஸ் கட்சி அக்கறை காட்ட ஆரம்பித்தது. 1920ம் ஆண்டு அகில இந்திய காங்கிரஸ் கட்சித் தலைவராக இருந்த சேலம் விஜயராகவாச்சாரியார் அறிவுறுத்தலின்படி நேரு, சட்டோ பாத்தியா போன்றவர்கள் ஆங்காங்கே தொழிற்சங்கங்களை நிறுவி தொழிலாளர்களுக்கு ஊக்கமளித்து வந்த நிலையில் தமிழ்நாட்டில் வி.வி.கிரி, ஆர்.வெங்கட்ராமன், என்.ஜி. ராமசாமி, முத்துரங்க முதலியார் போன்றவர்களைக் கட்சிப்பணியோடு தொழிற்சங்க இயக் கங்களிலும் பங்கு கொண்டு செயல்பட காமராஜர் தூண்டினார். இதன் மூலம் காங்கிரஸ் கட்சியின் தொழிலாளர் என்ணிக்கையைப் பெருக்கிய தோடு அவர்களுடைய நியாயமான கோரிக்கைகளையும் தீர்த்து வைப்பதில் கவனம் செலுத்தினார்.

காமராஜர் ஆட்சியில் கோவையில் முப்பதாயிரத்துக்கும் மேற்பட்ட தொழிலாளர்களின் வேலைநிறுத்தத்தால் உற்பத்தி பெருமளவு பாதிக் கப்பட்டது. பெரிய அளவில் நடந்த இப்போராட்டத்தை ஆர்.வெங்கட் ராமனின் மூலம் சுமூகமாக காமராஜர் தீர்த்து வைத்தார். அதேபோல சென்னை பக்கிங்காம் கர்னாடிக் மில் தொழிலாளர்கள் போராட்டம், மதுரை மற்றும் விக்கிரமசிங்கபுரம் ஆகிய இடங்களில் நடந்த ஹார்வி மில் தொழிலாளர்கள் போராட்டம் போன்றவற்றையும் சுமூகமாக

காமராஜர் தீர்த்து வைக்க ஆவண செய்தார். சென்னையில் உள்ள சிம்சன் குரூப் தொழிலாளர்களுக்கு ஆலோசனைகளையும், அவர்கள் சங்கங்களுக்கு ஊக்கத்தையும் வழங்கி உற்பத்தியைப் பெருக்கத் துணை நின்றார். மிகப்பெரிய தொழில் நிறுவனங்கள் தங்கள் தொழிலாளர்கள் மூலம் ஏற்படும் பிரச்னைகளைத் தீர்த்துக் கொள்ள காமராஜரின் உதவியை நாடி அவருடைய ஆலோசனைகளைப் பெற்றுச் செயல்பட்டன.

1946ம் ஆண்டு சென்னை மாநில சட்டசபைக்கான தேர்தலில் பக்கிங்காம் மில் தொழிலாளர் சங்கம், கோவை பஞ்சாலை தொழிலாளர்கள் சங்கம், தென்னிந்திய ரயில்வே தொழிலாளர் சங்கம், சென்னை மற்றும் அதைச் சுற்றியிருந்த இதர ஆலைத் தொழிலாளர்கள் சங்கம் ஆகிய நான்கு சங்கத்தின் தொழிலாளர்கள் சார்பாக நான்கு இடங்களை ஒதுக்க காமராஜர் காரணமாக இருந்தார். காங்கிரஸ் கட்சியின் சார்பில் கன்னியப்பன் என்ற ஏழைத் தொழிலாளியைத் தேர்தலில் நிறுத்தி வெற்றியும் பெற வைத்தார்.

ஆலைத்தொழிலாளர்களுக்கு மட்டுமின்றி தோட்டத்தொழிலாளர் களுக்கும் தனியாக சங்கத்தை நிறுவி அவர்கள் பிரச்னைகளுக்கும் தீர்வு கண்டார். கைத்தறித் துணிகள் விற்பனையாகாமல் தேங்கிப் போனதால் கைத்தறி நெசவாளர்களின் புனர்வாழ்வுக்கென ஒரு திட்டத்தை கொண்டுவந்ததோடு நகரம் தோறும் கைத்தறிக் கண்காட்சிகளை அமைக்கச் செய்து அவர்களுக்கு உதவினார். பட்டு தொழில், கயிறு திரித்தல், கூடை முடைதல், ஓலைப் பாய் முடைதல் போன்ற தொழில்களில் ஈடுபட்டு நலிந்த நிலையிலிருந்த அந்தத் தொழிலாளர் களுக்கு நிதி உதவி அளித்து அந்தத் தொழில்கள் மேம்பட உதவி செய்தார்.

தொழிலாளர்களைத் தூண்டிவிட்டுச் செயல்படுபவர்களைக் கண்டித்த அதேநேரம் தொழிலாளர்களின் பிரச்னைகளை அறிந்து தீர்த்து வைப்பதிலும் காமராஜர் கவனம் செலுத்தியதால் தொழிலாளர்களுக்கு அவர்மீது நம்பிக்கை பிறந்தது.

11

விவசாய மறுமலர்ச்சியும் விவசாயிகள் நலனும்

தொழில்துறை வளர்ச்சிக்கு ஈடாக இன்னும் சொல்லப்போனால் அதற்கு இணையான வளர்ச்சியை எட்ட வேகமான நடவடிக்கைகள் விவசாயத்துறையிலும் மேற்கொள்ளப்பட்டன.தனிமனிதனுக்கு உண வில்லை எனில் ஜகத்தினை அளித்திடுவோம் என்று பாரதி மிரட்டினானே அந்த மிரட்டல் நிஜமாகி விடக்கூடாது என்பதை உணர்த்தும் விதமாக எல்லோருக்கும் உணவு கிடைக்க வேண்டு மானால் அதற்கு விவசாயத்தில் சிறப்பான முன்னேற்றம் இருக்க வேண்டுமென காமராஜர் நினைத்தார்.

விவசாயத் துறையில் மறுமலர்ச்சியை உருவாக்கும் நோக்கில் நீர்ப்பாசன வசதிக்காகப் பல அணைக்கட்டுகள் கட்டப்பட்டன. அணைக்கட்டுகளோடு கால்வாய் பாசனத் திட்டங்களும் உருவாக்கப் பட்டன.

- 7,500 ஏக்கர் நிலம் பாசன வசதி பெறும் வகையில் இரண்டு கோடி ரூபாய் செலவில் 1957 ம் ஆண்டு பொன்னியாற்றின் குறுக்கே கிருஷ்ணகிரி அணை.
- ٤,07,000 ஏக்கர் நிலம் பாசன வசதி பெறும் வகையில் பத்து கோடி ரூபாய் செலவில் 1957 ம் ஆண்டு பவானி ஆற்றின் குறுக்கே கீழ் பவானி அணை.
- 47,000 ஏக்கர் நிலம் பாசன வசதி பெறும் வகையில் மூன்று கோடி ரூபாய் செலவில் 1958 ம் ஆண்டு அமராவி ஆற்றின் குறுக்கே அமராவதி அணை.
- 20,000 ஏக்கர் நிலம் கூடுதல் பாசன வசதி பெறும் வகையில் 1958 ம் ஆண்டு தாமிரபரணி ஆறும், மணிமுத்தாறு ஆறும் கூடும் இடத்தில் மணிமுத்தாறு அணை.

- 13,600 ஏக்கர் நிலம் பாசன வசதி பெறும் வகையில் ஒரு கோடி ரூபாய் செலவில் 1958 ம் ஆண்டு ஆரணி ஆற்றின் குறுக்கே ஆரணியாறு அணை.
- 20,000 ஏக்கர் நிலம் பாசன வசதி பெறும் வகையில் இரண்டரை கோடி ரூபாய் செலவில் 1959 ம் ஆண்டு வைகை ஆற்றின் குறுக்கே வைகை அணை.
- 24,114 ஏக்கர் நிலம் பாசன வசதி பெறும் வகையில் ஒன்றரை கோடி ரூபாய் செலவில் காவிரியின் மேல் அணைக்கட்டிலிருந்து 54 மைல் நீளமுள்ள கால்வாய் பாசனம் மூலம் திருச்சி மாவட்டத்தில் புள்ளம்பாடி கால்வாய் திட்டம்.
- 8,622 ஏக்கர் தரிசு நிலங்கள் பாசன வசதி பெறும் வகையில் 86 மைல் நீளம் கொண்ட புதிய கட்டளை மேல்நிலைக் கால்வாய் திட்டம்.
- இவை தவிர 6,500 ஏக்கர் நிலம் பாசன வசதி பெறும் வகையில் வாயார் அணை.
- 8,000 ஏக்கர் நிலம் பாசன வசதி பெறும் வகையில் கோமுகி அணை.
- 20,000 ஏக்கர் நிலம் பாசன வசதி பெறும் வகையில் சாத்தனூர் அணை.
- 3,000 ஏக்கர் நிலம் பாசன வசதி பெறும் வகையில் வீடுர் அணை.
- 45,000 ஏக்கர் நிலம் பாசன வசதி பெறும் வகையில் மேட்டூர் கால்வாய் திட்டம்.

பேச்சம்பாறை அணை, குந்தா அணை ஆகியவை கட்டப்பட்டு அதன்மூலம் பல லட்சம் ஏக்கர் நிலங்கள் பாசன வசதி பெற வகை செய்யப்பட்டன. தமிழகத்தில் ஓடும் ஆறுகளால் மொத்தம் 160 லட்சம் ஏக்கர் நிலங்கள் பாசனவசதி பெறுவதாகக் கணக்கிடப்பட்டுள்ளது. அதில் 145 லட்சம் ஏக்கர் நிலத்துக்கு பாசனவசதி அளிக்கும் திட்டங்கள் காமராஜர் ஆட்சியில்தான் உருவாக்கப்பட்டது. இவற்றுள் முக்கிய மானது பாசனத்துக்கும் மின்சாரத்துக்குமாகச் சேர்த்து உருவாக்கப்பட்ட ஆழியாறு – பரம்பிக்குளம் அணைக்கட்டு திட்டமாகும்.

கேரள - தமிழ்நாட்டு எல்லையில் மேற்குத் தொடர்ச்சி மலைச் சரிவில் அமைந்துள்ள ஆணைமலையில் உற்பத்தியாகும் பல ஆறுகள் கேரளாவுக்குள் பாய்ந்து அரபிக்கடலில் வீணாகக் கலந்து வந்தன. இந்த ஆறுகளை மலைத்தொடரின் நடுவிலேயே தடுத்து நிறுத்தி கிழக்கு நோக்கி திசை திருப்பி பாசனவசதி மற்றும் மின்சார உற்பத்திக்கு பயன் படுத்துவதே இத்திட்டத்தின் நோக்கமாகும். இந்த ஆறுகளின் நீரை

பயன்படுத்துவது குறித்து கேரள, தமிழ்நாடு அரசுகளுக்கிடையே ஓர் உடன்பாடு காணப்பட்டு அதனடிப்படையில் ஏழு நீர்த்தேக்கங்களும், கால்வாய்களும் அமைக்கப்பட்டன. இந்தத் திட்டத்தின் மூலம் 2.48 லட்சம் ஏக்கர் நிலம் பாசன வசதி பெற்றது.

இப்படி விவசாயத்தை மட்டும் கவனத்தில் கொண்டு உருவாக்கப்பட்ட திட்டங்கள் ஒவ்வொன்றும் குறிப்பிட்ட காலத்துக்குள் மதிப்பிடப்பட்ட பொருளாதார செலவினங்களுக்குள் முடிக்கப்பட்டன. மூன்று கோடி ரூபாய் செலவில் கட்டி முடிக்கத் திட்டமிடப்பட்ட வைகை அணை முறையான திட்டமிடலால் இரண்டரை கோடி ரூபாய் செலவிலேயே கட்டி முடிக்கப்பட்டது. எஞ்சி இருந்த ஐம்பது லட்சம் ரூபாய் காமராஜரின் ஆலோசனைப்படி அணைக்கட்டுப் பகுதியிலேயே பூங்கா அமைக்கப் பயன்படுத்தப்பட்டது.

தரிசு நிலங்களை வளமான நிலங்களாக மாற்ற கிணற்றுப் பாசனம் பேருதவியாக இருக்கும் என்பதால் விசைப்பம்புகள் மூலம் கிணற்றடி நீர் இறைக்கப்பட்டு பலவிதமான பயிர்களை விளைய வைக்கும் முயற்சிகள் பெரிய அளவில் மேற்கொள்ளப்பட்டன. அதற்காக விசைப் பம்புகளுக்கு மின்சாரம் தங்குதடையின்றி கிடைக்க விவசாயிகளுக்கு ஏற்பாடுகள் செய்யப்பட்டன. விவசாயிகள் பயன்படுத்தும் பம்பு செட்டுக்கு மின்சாரம் கொடுப்பதா வேண்டாமா என்ற விவாதம் வந்தபோது ராஜாஜி கொடுக்கத் தயங்கினார். ஆனால் காமராஜர் விவசாயிகளின் பம்பு செட்டுக்கு மின்சாரம் வழங்கியதோடு அந்த பம்பு செட்டுடன் பொருத்தி கிணற்றுக்கு மேல் ஒரு சிறிய விளக்கை எரிய வைத்துக் கொள்ளலாம் என்றும் அதற்குக் கட்டணமில்லை என்றும் கூறினார். இன்றைய இலவச மின்சாரம் வழங்கும் அரசாங்க திட்டத் திற்கு அன்றே அடிக்கல் நாட்டியவர் காமராஜர்.

சும்மா கிடக்கும் நிலங்களை எல்லாம் விளைநிலங்களாக மாற்றிக் கொடுக்கும் மகத்தான பணியைச் செய்கின்ற விவசாயிகளுக்கு எல்லா வசதிகளும் அளிக்கப்படவேண்டும் என்பது காமராஜரின் கொள் கையாக இருந்தது. 1955ம் வருடம் காரில் பயணம் செய்து கொண்டிருந்த காமராஜர் ஓரிடத்தில் சாலையின் ஒருபுறம் தரிசு நிலங்களும் மறுபுறம் ஏரியில் நீர் நிறைந்திருப்பதையும் கண்டார். ஏன் இவ்வளவு நீர் வசதி இருந்தும் இந்த நிலங்கள் தரிசாக கிடக்கின்றன என்று உடன் வந்த அதிகாரிகளிடம் கேட்டார். ஏரிநீரை அந்த நிலங்களுக்கு கொண்டு செல்ல வேண்டுமானால் சாலையை வெட்டி பெரிய மதகுகள் அமைக்கவேண்டும். இந்தச் சாலை மத்திய அரசுக்கு சொந்தமானது என்பதால் மதகுகள் அமைக்க அவர்கள் அனுமதி வேண்டும். நாம் அதற்காக அனுமதி கேட்டு கடிதம் அனுப்பி இரண்டு ஆண்டுகளாகியும்

இன்னும் பதில் வரவில்லை என்று அதிகாரிகள் கூறினர். உடனே காமராஜர் பதில் வராவிட்டால் அதை அப்படியே கிடப்பில் போட்டு விடவேண்டும் என்று அர்த்தமா? நீங்கள் சாலையை வெட்டி மதகுகள் அமைக்க உடனே ஏற்பாடு செய்யுங்கள். மத்திய அரசிடம் நான் பேசிக் கொள்கிறேன் என்றார். மறுவருடமே அதற்கான வேலைகள் முடிக்கப்பட்டு தரிசாக கிடந்த நிலங்கள் பாசன வசதி பெறும் நிலங்களாக மாற்றப்பட்டன.

அதேபோல, சேலம் மாவட்டத்தில் உள்ள மோகனூரில் வாழை, கரும்புத் தோட்டங்கள் அமைந்திருந்த பகுதிக்கும், ஊருக்கும் இடையில் ஒரு கால்வாய் அமைந்திருந்தது. கால்வாயில் நீர் வரத்து அதிகமாகிவிட்டால் விவசாய சம்பந்தமான பொருட்களை எடுத்துச் செல்ல முடியாத நிலைமை இருந்தது. அதனால் மழைக்காலத்தில் பல மைல்கள் சுற்றிக்கொண்டு தோட்டங்களுக்கு மக்கள் சென்று வந்தனர். அதனால் அந்தக் கால்வாய்க்கு குறுக்கே பாலம் கட்டித்தரச் சொல்லி அந்த ஊர் மக்கள் அதிகாரிகளிடம் பலமுறை மனு கொடுத்தும் பலனில்லை. அப்போது அங்கு வந்திருந்த காமராஜரைச் சந்தித்த ஊர் பெரியவர்களில் ஒருவர் இதைப் பற்றி சொல்லவும் அப்பொழுதே அங்கு சென்று பார்வையிட்டதோடு அதற்கான ஏற்பாடுகள் செய்வ தாகவும் உறுதியளித்தார். அவர் வாக்களித்தபடியே அடுத்த ஒரே மாதத்தில் மோகனூர் பாலம் கட்டி முடிக்கப்பட்டது.

ஒருசமயம் கோடைகால ஓய்வுக்காக காமராஜர் குற்றாலத்தில் தங்கியிருந்தபோது அவரைப் பார்த்து தங்கள் குறைகளை முறையிடு வதற்காக பக்கத்து கிராமத்திலிருந்து வந்திருந்தவர்கள், 'நாங்கள் எல்லாம் விவசாய வேலை செய்பவர்கள். எங்கள் ஊர்பக்கம் நல்ல மண்வாகு இல்லை. அதோடு தண்ணீர் வசதியுமில்லாததால் வெளியூருக்கு போய்தான் விவசாய வேலைகள் செய்து பிழைப்பு நடத்த வேண்டியிருக்கு. அதுனால எங்க ஊருக்கு தண்ணீர் வசதி செய்து தரவேண்டும்' என அவர்கள் கூறினர். நாளைக்கு சாயங்காலம் வாங்க. அதுபற்றி பேசி முடிவெடுக்கலாம் என அவர்களிடம் கூறி அனுப்பி வைத்துவிட்டு சம்பந்தப்பட்ட அதிகாரிகளை சென்னையிலிருந்து உடனே வரவழைத்தார்.

மறுநாள் வந்திருந்த விவசாயிகளோடு அதிகாரிகளும் உடனிருக்க இந்தப் பிரச்னைக்கு என்ன செய்யலாம் என கேட்டார். அங்கிருந்த அதிகாரி மேலிருந்து விழும் குற்றால அருவி நீரை அங்கேயே தடுத்து கொஞ்சம் அந்தப்பக்கம் திருப்பி விடலாம் என்றார். உடனே காமராஜர், 'இதைச் சொல்றதுக்கு இன்சீனியர் கின்சீனியர்னு பெரிய படிப் பெல்லாம் படிச்சிட்டு வரணுமாக்கும்னேன். இந்த அருவியால தான்

குற்றாலத்துக்கே மரியாதை. அதை தொடக்கூடாது. என்ன செய் வீங்களோ எனக்கு தெரியாது. அடுத்த வருசம் நான் இங்கு வரும்போது இந்தக் கிராமமக்களுக்கு தண்ணீர் வசதி கிடைச்சிருக்கனும்' என கோப மாக கூறினார். அடுத்த வருசம் காமராஜர் வந்தபோது அந்த கிராம மக்கள் தங்கள் ஊருக்கு தண்ணீர் வசதி கிடைத்துவிட்டதாகச் சொல்லி நன்றி தெரிவித்துவிட்டு போனார்கள். இப்படி விவசாயத்துக்கும், விவசாயிகளுக்கும் வேண்டிய வசதிகளை செய்து கொடுப்பதன்மூலம் விவசாயத்துறையில் நல்ல முன்னேற்றங்களை உருவாக்கினார்.

குத்தகைக்கு விவசாயம் செய்யும் நிலங்களின் மொத்த விளைச்சலில் பயிரிடுவோருக்கு நாற்பது பங்கு, நில உரிமையாளர்களுக்கு அறுபது பங்கு என்ற நடைமுறை அப்போது வழக்கத்தில் இருந்தது. இதனால் மிகவும் சிரமப்பட்ட விவசாயிகள் அதை மாற்றி இருவருக்கும் சரிபாதி பங்கு இருக்கும்படிச் செய்யவேண்டும் என்று தங்கள் சங்கங்களின் மூலம் காமராஜரிடம் கோரிக்கை வைத்தனர். ஆனால் காமராஜரோ நில உடைமையாளர்களுக்கு வேறு நிரந்தர வருமான வழிகள் இருப்பதை உணர்ந்து அவர்களுக்கு நாற்பது பங்கு என்றும், பயிரிடுவோருக்கு அறுபது பங்கு என்றும் மாற்றிக் கொடுத்தார்.

1955ம் ஆண்டு சட்டப்படியோ, நீதிமன்ற உத்தரவுப்படியோ குத்தகைதாரர்களைச் சாகுபடி நிலத்திலிருந்து நிலவுடைமையாளர்கள் வெளியேற்றக்கூடாது என்ற குத்தகை சாகுபடியாளர்கள் பாதுகாப்புச் சட்டமும், அதேபோல சாகுபடியாளர்கள் நிலவுடைமையாளர் களுக்குச் செலுத்தவேண்டிய குத்தகை தொகையை நிர்ணயிக்கும் குத்தகை சாகுபடியாளர் சட்டமும் கொண்டுவரப்பட்டது. ஐந்து பேர் கொண்ட குடும்பம் முப்பது ஸ்டாண்டர்டு ஏக்கர் நிலத்துக்கு மேல் வைத்துக்கொள்ளக்கூடாது என்ற நில உச்சவரம்புச் சட்டம் 1962 ம் ஆண்டு காமராஜர் ஆட்சியில்தான் இயற்றப்பட்டது.

இத்தகைய நிலச்சீர்திருத்தங்களைக்கூட அரசாங்கம் மட்டுமே தீர்மானிக் காமல் நில உரிமையாளர்கள், குத்தகைதாரர்கள், பொதுமக்களின் கருத்தைத் தெரிந்துகொள்ளும் வகையில் ஒரு குழு அமைக்கப்பட்டு அக்குழுவின் அறிக்கை அடிப்படையிலேயே இவை சார்ந்த முடிவுகளை எடுத்ததால் அவை பலராலும் ஏற்றுக்கொள்ளப்பட்டன. தமிழ்நாடு விவசாய சங்கத்தை நாராயணசாமி நாயுடு நிறுவியிருந்த போதும் விவசாயிகளின் கோரிக்கைகளை நிறைவேற்றிக் கொடுத்ததன் மூலம் காமராஜர் அவற்றுக்கு உயிர் கொடுத்தார்.

12

வளர்ச்சியும் மக்கள் நலனும்

*1947*ம் ஆண்டு ஓமந்தூர் ராமசாமி ரெட்டியார் முதல்வராகப் பதவி யேற்ற பிறகு 1928ம் ஆண்டு பிறப்பிக்கப்பட்ட வகுப்புவாரிப் பிரதி நிதித்துவ உத்தரவில் மாற்றம் செய்யப்பட்டது. அதன்படி மொத்தப் பதவிகள் 14 என்றால் பிராமணருக்கு இரண்டு, கிறிஸ்தவர், முஸ்லீம் ஆகியோருக்கு தலா ஒன்று, ஆதி திராவிடர், பிற்படுத்தப்பட்டோருக்கு தலா இரண்டு, பிராமணரல்லாத மற்றவர்களுக்கு ஆறு என்ற விகிதத்தில் வேலைவாய்ப்புகள் வழங்கவேண்டும் என உத்தரவிடப்பட்டது. இதன் மூலம் இந்தியாவிலேயே ஓமந்தூராரின் சென்னை மாகாண அரசு தான் முதன் முதலாகத் தனி ஒதுக்கீடு வழங்கியது.

1950ல் இந்தியா குடியரசாகி புதிய அரசியல் சாசனச் சட்டம் நடை முறைப்படுத்தப்பட்ட நிலையில் இரண்டு பிராமண மாணவர்கள் வகுப்புவாரி ஒதுக்கீட்டால் தாங்கள் பாதிக்கப்பட்டுள்ளதாகக் கூறிஒதுக் கீட்டு முறை இந்திய அரசமைப்புச் சட்ட விதிகளுக்குப் புறம்பானது என்று வழக்குத் தொடுத்தனர். இந்திய அரசமைப்பு சட்டத்தை உருவாக்கிய கமிட்டியில் இடம் பெற்றிருந்த அல்லாடி கிருஷ்ணசாமி ஐயர் இந்த வழக்கில் வாதிகளின் சார்பில் ஆஜராகி வாதிட்டார். வழக்கின் முடிவில் சென்னை உயர் நீதிமன்றம் வகுப்புவாரிப் பிரதிநிதித்துவ ஒதுக்கீட்டு முறையை ரத்து செய்து உத்தரவிட்டது. சென்னை மாகாண அரசு மேல்முறையீட்டுக்காக உச்ச நீதிமன்றத்தை அணுகியது. அங்கும் தீர்ப்பு அரசுக்குப் பாதகமாகவும் வாதிகளுக்குச் சாதகமாகவும் இருக்க உயர் நீதிமன்றத் தீர்ப்பை உச்ச நீதிமன்றம் மீண்டும் உறுதி செய்தது.

அரசியல் சாசனத்தில் குறிப்பிடப்பட்டிருந்த சில விஷயங்களைத் தங்களுக்குச் சாதகமாகப் பயன்படுத்திக்கொண்ட ஆதிக்கச் சக்திகள் தமிழ்நாட்டில் நடைமுறையிலிருந்த வகுப்புவாரிப் பிரதிநிதித்துவ முறையைத் தடை செய்ய வைத்தன. சட்டத்தின் ஆதரவோடு சமூக நீதிக்கு விழுந்த இந்தச் சம்மட்டி அடியைக் கண்டு தமிழகமே கொதித்

தெழுந்தது. வக்கீல்களின் வாதத்திறமையால் வாடி வதங்கி முடங்கிப் போன இட ஒதுக்கீடு முறையை மீண்டும் செழித்து எழ வைக்க பெரியார் களத்தில் இறங்க அனைத்து அரசியல் கட்சிகளும் பாகுபடின்றி அவர் பின் அணிவகுத்து நின்றன.

1950 டிசம்பர் முதல் தேதியன்று திருச்சியில் கம்யூனல் ஜி.ஓ. மாநாட்டைக் கூட்டிய பெரியார் வகுப்புவாரிப் பிரதிநிதித்துவத்துக்கு இடமளிக்கும் வகையில் இந்திய அரசியல் சாசன சட்டத்தில் திருத்தம் செய்ய வேண்டுமென ஒரு தீர்மானத்தையும் கொண்டு வந்தார். அதன் பின் தமிழகம் முழுக்கப் போராட்டங்கள் நடைபெற்றன. பெரியாரின் அழைப்பை ஏற்று மாணவர்களும் பெருமளவில் அத்தகைய போராட்டங்களில் கலந்துகொண்டனர். அறிஞர் அண்ணா அப்போது எழுதிய கட்டுரைகள் போராட்டங்களைத் தீவிரப்படுத்தின. இதைக் கேள்விப்பட்ட நேரு காமராஜரை அழைத்து விவரம் கேட்டார். இந்தச் சூழலைத் தனக்குச் சாதகமாகப் பயன்படுத்திக்கொண்ட காமராஜர் இடஒதுக்கிடு முறைக்கான அவசியத்தையும், தமிழகத்தில் அதன் பொருட்டு இருக்கும் ஒருமித்த ஆதரவையும் விளக்கிச் சொன்னார். அதன் பின்னரே அரசியல் சட்டத்தில் திருத்தம் செய்யப்பட்டது. அதன் பின்னர் பி.எஸ். குமாரசாமி ராஜா தலைமையில் இயங்கிய காங்கிரஸ் அரசு வகுப்புவாரிப் பிரதிநிதித்துவத்துக்கான உத்தரவை மீண்டும் பிறப்பித்தது. அரசியல் சாசனச் சட்டத்தில் செய்யப்பட்ட இந்த முதல் திருத்தம் நிகழ மூலகாரணமாக இருந்தவர் காமராஜர்!

இன்றைய அரசியல் களத்தில் எப்போதும் இல்லாவிட்டாலும் அவ்வப் போது அல்லது தங்களின் அரசியல் நிலைப்பாடுகளுக்குப் பங்கம் வரும் போதெல்லாம் தமிழ் எங்கள் மூச்சு என்ற முழக்கம் கிளம்பிவிடும். ஆனால் உண்மையில் தமிழைத் தன் மூச்சாக கொண்டு அதன் வளர்ச்சிக் கென பல்வேறு பாதைகளை வகுத்தவர் காமராஜர்தான். தமிழின் பல்வேறு வளர்ச்சி நிலைக்கான வித்து அவருடைய ஆட்சியில்தான் ஊன்றப்பட்டது. 1956ல் சட்டசபையின் சார்பாக, தமிழ் மக்களின் சார்பாக தமிழை ஆட்சி மொழியாக்கும் மசோதாவைத் தமிழன்னையின் மடியில் சமர்ப்பிக்கிறேன் என பெருமையுடன் நிதியமைச்சராக இருந்த சி. சுப்பிரமணியம் அறிமுகம் செய்ய அந்த மசோதா நிறைவேற்றப் பட்டது. அதையடுத்து அதுவரையிலும் ஆங்கிலத்திலேயே சமர்ப்பிக் கப்பட்டு வந்த வரவு செலவு அறிக்கை முதன்முறையாக காமராஜர் ஆட்சியில் 1957 – 1958 ல் தமிழில் சமர்ப்பிக்கப்பட்டது.

இந்திய மொழிகளிலேயே முதல்முதலாக காமராஜர் ஆட்சியில்தான் தமிழ்மொழியில் கலைக்களஞ்சியம் உருவாக்கப்பட்டது. அகராதிகள், மொழிபெயர்ப்புப் பணிகளின் வழி தமிழ் வளர்ச்சிப் பணிகள் வேகமாக

நடைபெற பல்வேறு முயற்சிகள் மேற்கொள்ளப்பட்டன. தமிழை மேம்படுத்துவதற்காக கல்வியமைச்சர் தலைமையில் அமைக்கப்பட்ட குழுவில் கட்சி பேதமின்றி தமிழின் மீது ஆர்வமும், அதன் வளர்ச்சியில் அக்கறையும், தேர்ந்த தமிழறிவும் கொண்டிருந்தவர்களான அறிஞர் அண்ணா, நெடுஞ்செழியன், ஜீவானந்தம், தெ.பொ. மீனாட்சி சுந்தரனார், நாராயணசாமி பிள்ளை போன்றவர்களை அங்கத்தினர் களாக நியமித்தார். அகில இந்திய அளவில் தேர்வுகளைத் அவரவர் தாய்மொழியில் எழுதும் வாய்ப்புகளை உருவாக்கித் தந்ததில் காமராஜரின் பங்கு அளப்பறியது.

பத்தாவது பாடப்புத்தகத்தில் திருக்குறள் இடம்பெறுவது கட்டாய மில்லை என்ற நிலையை மாற்றி கட்டாயம் இடம்பெறச் செய்தார். தமிழாசிரியர்கள் தலைமையாசிரியர்களாக நிர்வாகம் செய்ய முடியாது என்ற நிலையை மாற்றியமைத்தார். விஞ்ஞான நூல்கள் உள்ளிட்ட பல்துறை பாடங்களுக்குத் தமிழில் நூல்கள் இல்லாத நிலையில் தமிழில் பாடங்களை எப்படிப் போதிப்பது என்ற பேச்சு எழுந்தபோது அதற் கென தகுதியானவர்களைக் கொண்டு தமிழில் பல்துறை நூல்களை மொழிபெயர்க்கச் செய்ததோடு தமிழ்நாடு அரசு பாடநூல் விற்பனைக் கழகம்மூலம் அவை குறைந்த விலையில் கிடைக்கவும் வழிவகை செய்து கொடுத்தார். பன்மொழிப்புலவர் கா. அப்பாத்துரையாரின் திறமையை தமிழுக்குப் பயன்படுத்திக்கொள்ள ஏதுவாக அவரை சென்னை பல்கலைக்கழகப் பேராசிரியராக்கினார்.

தமிழ்நாட்டின் மொத்த மக்கள் தொகையில் 75 விழுக்காட்டினர் வசித்து வந்த கிராமங்களுக்கு மின்வசதி செய்து கொடுத்து மின்சாரவசதி பெறாத கிராமங்களே இல்லை என்ற நிலையை காமராஜர் உருவாக் கினார். நீர்மூலம் மின்சக்தி உற்பத்தி செய்யப்பட்டு அவை கிராமங் களுக்கு வழங்கப்பட்டன. அப்படிப் பெறப்பட்ட மின்சாரத்தில் எழுபது விழுக்காடு விவசாய பம்புசெட்டுகளுக்கு பயன்படுத்தப்பட்டதால் அம்மக்களின் வாழ்க்கைத் தரமும் உயர்ந்தது. முதல் ஐந்தாண்டுத் திட்டத்தில் சென்னை மாநிலத்தில் 1813 கிராமங்கள் மட்டுமே மின் இணைப்பைப் பெற்றிருந்தன. அதுவே மூன்றாவது ஐந்தாண்டு திட்டம் முடிவடைவதற்குள் 14,128 கிராமங்கள் மின் இணைப்பைப் பெற்றுத் திகழ்ந்தன. கிராம மின்மயமாக்கலுக்காகத் தரப்பட்ட எண்பதாயிரம் ரூபாயில் 657 நகரங்களுக்கும், 6777 கிராமங்களுக்கும் காமராஜர் அரசு செய்துக் கொடுத்திருந்த மின்சார வசதியைக் கண்டு மத்திய அரசே வியந்து போனது. மத்திய அரசின் திட்டக்குழு இதற்கென ஒரு குழுவை அமைத்து தமிழ்நாட்டில் ஓர் ஆய்வை நடத்திக் கொடுத்த அறிக்கையின் அடிப்படையில் தமிழ்நாடு பின்பற்றிய வழிமுறைகளை மற்ற மாநிலங்களும் பின்பற்றுமாறு மத்திய அரசு ஆணை பிறப்பித்தது.

1958ம் ஆண்டு அதிகாரப் பரவலுக்கு வழிவகுக்கும் தமிழ்நாடு பஞ்சாயத்து சட்டம் கொண்டு வரப்பட்டது. இதன்மூலம் மக்களுக்கும் ஆட்சி செய்பவர்களுக்கும் இருக்கும் இடைவெளியை வெகுவாக குறைக்கமுடியும் என காமராஜர் நினைத்தார். பஞ்சாயத்து கட்ட மைப்புகள் கிராமம், ஒன்றியம் என மாற்றியமைக்கப்பட்டதோடு இரண்டு அடுக்கு உள்ளாட்சி கூட்டமைப்பு அறிமுகம் செய்யப்பட்டது. அதோடு பஞ்சாயத்து சட்டம் மூலம் உள்ளாட்சி அமைப்புகளில் தாழ்த் தப்பட்டோர் இடஒதுக்கீடு பெறவும், பெண்களை நியமன உறுப் பினர்களாக நியமித்துக் கொள்ளவும் வழிவகை செய்யப்பட்டது. தவிர, கிராமப் பஞ்சாயத்துகளும், பஞ்சாயத்து ஒன்றியங்களும் விவசாயம், கால்நடை வளர்ச்சி, ஊரகத் தொழில்கள், கல்வி ஆகியவற்றை மேற் கொள்ளும் அமைப்புகளாக மாற்றம் பெற்றதால் கிராமங்கள் தோறும் மாற்றங்களும் நிகழ்ந்தன. கூட்டுறவு மூலமே நாட்டுயர்வு சாத்தியம் என நினைத்த காமராஜர் கூட்டுறவுச் சங்கங்களின் வளர்ச்சியில் கவனம் செலுத்தினார். தன்னுடைய ஆட்சியில் கூட்டுறவுச் சங்கங்கள் இல்லாத கிராமமே இல்லை என்ற நிலையை உருவாக்கிய காமராஜரின் இந்தத் திட்டத்தின் மூலம் 84 விழுக்காடு மக்கள் பயனடைந்தனர்.

எவ்வளவு நேரமானாலும் தன்னைச் சந்திக்க வருகின்ற பொது மக்களிடமிருந்து மனுக்களைப் பெற்ற பின்னரும் சிபாரிசோ உதவியோ கேட்டு வருபவர்கள் பலபேர் முன்னிலையில் கேட்கத் தயங்கி நின்று கொண்டிருப்பார்கள். அவர்களைக் கவனிக்காமல் விட்டுவிடக்கூடாது என்று நினைத்த காமராஜர் வேறு எவரும் இல்லை என உறுதி செய்து கொண்ட பின்பு தான் வீட்டுக்குள் செல்வார். ஒவ்வொரு நாளும் 150 முதல் 200 பேர் வரை மனுக்களோடு அவரைச் சந்திக்க வருவார்கள். பெற்ற மனுக்களைக் கவனமாக பரிசீலனை செய்த பிறகு சம்பந் தப்பட்ட அதிகாரிகளுக்கு அவற்றை அனுப்பி வைப்பார். அரசு நிர்வா கத்தால் ஏற்படும் தாமதப்போக்கை நீக்க சிவப்பு நாடா ஒழிப்பு முறையைக் கொண்டு வந்தார். மக்கள் நம்மைத் தேடி வருவதற்குப் பதிலாக நாமே அவர்களைத் தேடிச்செல்ல வேண்டும் என நினைத்த காமராஜர் அவருடைய ஆட்சிக்காலத்தில் உருவாக்கிய திட்டம்தான் மனுநீதி நாள் கூட்டம்!

ஒவ்வொரு சட்டமன்றத் தொகுதி மக்களையும் அந்தந்த சட்டமன்றத் தொகுதி உறுப்பினருடன் சென்று சந்தித்து அவர்கள் குறைகளைக் கேட்டு நிவர்த்தி செய்வதுதான் இத்திட்டத்தின் நோக்கம். அப்படிச் செல்லும்போது அரசு அதிகாரிகளையும் உடன் அழைத்துச் செல்வார். பொதுமக்களிடமிருந்து குறைகளைப் பெற்றதும் அந்த இடத்திலேயே அதிகாரிகளோடு கலந்து பேசி சம்பந்தப்பட முடிவுகளை எடுக்கும் இத்திட்டத்துக்கு மக்களிடையே பெரிய வரவேற்பு இருந்தது. கட்சிப்

பேதமின்றி எல்லா சட்டமன்றத் தொகுதிகளிலும் காமராஜர் இக்கூட்டங்களை நடத்தினார்.

ஒருமுறை சட்டமன்ற எதிர்க்கட்சித் தலைவராக இருந்த அறிஞர் அண்ணாவின் காஞ்சிபுரம் சட்டமன்றத் தொகுதியில் இருந்த பாகல்மேடு பகுதியில் மனுநீதிநாள் கூட்டம் நடத்தத் தீர்மானிக்கப் பட்டது. அந்தத் தொகுதியின் சட்டமன்ற உறுப்பினர் என்ற முறையில் அண்ணா காமராஜரை அழைக்க மறுப்பு சொல்லாமல் அதில் கலந்து கொண்டார். சட்டமன்ற உறுப்பினர் முன்னிலையில் முதலமைச்சரால் பெறப்பட்ட மனுக்கள் மீதான பிரச்னைகளை உடனுக்குடன் தீர்க்க அங்கேயே காமராஜர் உத்தரவிட்டார். கட்சி, மதம், சாதி என்ற பாகுபா டெல்லாம் அவரிடமில்லை. அதற்காகத் தன்னுடைய செல்வாக்கை பயன்படுத்த அவர் தயங்கியதே இல்லை.

மக்களின் போக்குவரத்து வசதிக்காகவும், விபத்துகளைத் தவிர்ப்பதற் காகவும் சென்னை ரிசர்வ் வங்கி எதிரில் சுரங்கப்பாதை கட்டுவது என முடிவானது. மத்திய, மாநில அரசுகள் இணைந்து அதற்கான செலவை ஏற்றுக்கொள்ளவேண்டும் என்று ஒப்பந்தம் போடப்பட்டிருந்தது. அது சம்பந்தமாக காமராஜர் தலைமையில் நடந்த கூட்டத்தில் மத்திய, மாநில அரசு அதிகாரிகளோடு மத்திய அரசின் பிரதிநிதியாக மத்திய ரயில்வே அமைச்சரும் கலந்துகொண்டார். அவரோ இதைக் கட்டு வதற்கு செலவு அதிகமாகும். அதனால் இப்போது கட்டமுடியாது என்று சொல்ல காமராஜருக்குக் கடுங்கோபம் வந்துவிட்டது. கட்ட முடியாதுன்னு சொல்லவா கூட்டம் போட்டிருக்கோம். ஏன் கட்ட முடியாதுன்னு காரணம் காட்டுற மீட்டிங் இல்ல இது. அதுக்கா மந்திரியானீங்க நீங்க? முடியாதுன்னு சொல்லவா டெல்லியில இருந்து இங்கே வந்தீங்க? அதை அங்கேயே இருந்துகொண்டு சொல்லியிருக் கலாமே. நான் பிரதமரிடம் பேசிக்கொள்கிறேன். பாலத்தை கட்டுறோம். காரணம் எல்லாம் சொல்லாமல் கட்டுவதற்கான விவரங்க ளோடு என்னை வந்து பாருங்கள் என அதிகாரிகளிடம் சொல்லிவிட்டு அங்கிருந்து கிளம்பிவிட்டார். அந்தப் பாதை இன்றும் காமராஜரின் பெயரைப் பறை சாற்றிக்கொண்டிருக்கிறது.

மாநிலங்களுக்கு இடையேயான எல்லைப் பிரச்னைகளை யாருக்கும் மனவருத்தம் ஏற்படாதவாறு தீர்த்து வைத்த பெருமை காமராஜரையே சேரும். நீண்டகாலப் போராட்டமாக இருந்த நாஞ்சில் நாட்டுப் பகுதி இணைப்பை அம்மக்களின் விருப்பப்படி 1956ல் தமிழகத்துடன் இணைத்ததிலும், தமிழ்நாட்டின் வட எல்லையான திருத்தணியை மொழி அடிப்படையில் இணைத்ததிலும், சென்னையைத் தமிழ கத்துக்குப் பெற்றுக்கொடுத்ததிலும் காமராஜரின் பங்கு அளப்பரியது.

மக்கள் நலனுக்கும் மாநில வளர்ச்சிக்கும் மத்திய அரசால் அப்போது அறிமுகப்படுத்தப்பட்ட ஐந்தாண்டு திட்டங்களை முழுமையாகப் பயன்படுத்திக் கொண்டார் காமராஜர். மத்திய அரசிலிருந்து அதிக அளவில் நிதியைப் பெற்று மாநிலத்துக்குக் கொண்டு வந்தார். அப் போது திட்ட மந்திரியாக இருந்த நந்தா 'மத்திய அரசின் மானியத் தொகையை முழுமையாகப் பெற்று சமுதாய நலன் மற்றும் நாட்டு நன்மைக்குப் பயன்படுத்திக் கொண்ட ஒரே மாநிலம் தமிழ்நாடு' என்று கூறி காமராஜரைப் புகழ்ந்தார். 'இந்தியாவிலேயே மிகச் சிறந்த நிர்வாகச் செயல்பாடுடைய மாநிலம்' என்று தமிழகத்தை நேரு பாராட்டினார். இப்படி கிடைத்த எல்லா சாத்தியங்களையும் மக்களுக்குச் சாதகமாக்கி மக்களுக்காகவே வாழ்ந்த காமராஜரை வினோபா பாவே மக்கள் தலைவர் என்று போற்றினார்.

13

எளிமையின் அடையாளம்

மக்கள் மனத்தில் இன்றும் மற்ற தலைவர்களால் எட்ட முடியாத உயரத்தில் காமராஜர் இருப்பதற்கு அவருடைய எளிமையான வாழ்வு, சிறப்பான அதே நேரம் மக்கள் நலன் சார்ந்த ஆட்சிமுறை, நேர்மையான செயல்பாடுகள் ஆகியவையே முக்கியக் காரணங்கள். இம்மூன்றும் அமைந்த தலைவரும் ஆட்சியும் காமராஜருக்குப் பின் தமிழகத்துக்கும், தமிழக மக்களுக்கும் வாய்க்கவில்லை என்பது சற்றே கசப்பான உண்மை. காமராஜருடைய ஒவ்வொரு செயலிலும் எளிமையும், யதார்த்தமும் கலந்தே இருக்கும்.

தஞ்சாவூர் மாவட்டத்தில் இருந்த ஒரு பழைய கோயிலுக்கு ஒருமுறை சென்றிருந்தார். அவரோடு கல்வித் துறை சார்ந்தசில அதிகாரிகளும் பொதுமக்களும் சென்றிருந்தனர். கோயிலைச் சுற்றிப் பார்த்த காமராஜர் இதை யாரு கட்டினதுங்கிறேன்? என்றார். அங்கிருந்த ஒருவருக்கும் பதில் தெரியவில்லை. சிரித்துக் கொண்ட காமராஜர், 'இவ்வளவு காலமா நிலைச்சு நிக்கிற இந்தக் கோயிலைக் கட்டினவன் யாருன்னு தெரியல. ஆனா, ஒரு மாசம் கூட ஒழுங்கா எரியாத லைட்ல உபய தாரர்னு எவ்வளவு பெரிசா அதைக் கொடுத்தவன் எழுதி வச்சிருக்கான் பாருங்கன்னேன்' என்றபடி கோயிலில் மாட்டி இருந்த டியூப்லைட்டை காட்டினார். விளம்பரம் செய்வதையோ, விளம்பரப்படுத்திக் கொள் வதையோ பற்றிய காமராஜரின் மனநிலைக்கு இந்த ஒரு சம்பவமே நல்ல உதாரணம்.

எதுக்கு விளம்பரம்னேன்? பல அணைகள் கட்டியிருக்கோம். விவசாயிகள் அதுனால பயனடையறாங்க. பள்ளிகள் கட்டியிருக்கோம். பிள்ளைகள் படிக்கிறாங்க. மின்சார உற்பத்திய அதிகரிச்சிருக்கோம். எல்லா கிராமத்துலேயும் விளக்கு எரியுது. பம்பு செட் ஓடுது. நிறைய தொழிற்சாலைகள் அமைத்திருக்கிறோம். பலருக்கும் வேலை கிடைச்சிருக்கு, இப்படி எல்லோரும் பலனை அனுபவிக்கிற போது

75

நம்ம சாதனை அவங்களுக்கு புரியாதா என்ன? இதுக்கு தனியா விளம் பரம் வேற பண்ணனுமா? என விளம்பரமில்லா வாழ்வை விரும்பிய காமராஜர் முதலமைச்சர் ஆன பின்பும் கூட மிக எளிமையான வாழ்வையை வாழ்ந்து வந்தார். சாதாரண மக்கள் வாங்கி சமைத்து சாப்பிட்ட ரேஷன் அரிசியை தானும் சாப்பிட்டு வந்தார். ஏறக்குறைய ஏழு ஆண்டுகளுக்குப் பின் அந்த அரிசியிலிருந்து கதர்கிராம கைத் தொழில் கழகம் தயாரிக்கும் கைக்குத்தல் அரிசிக்கு மாறினார். அதிகபட்ச அசைவ உணவு முட்டை மட்டுமே என்று சாமானியனுக்குச் சாமானியனாக வாழ்ந்து வந்தார்.

முதுகுளத்தூர் கலவரம் மூண்டிருந்த சமயத்தில் பாதுகாப்பு கருதி காமராஜரின் வாகனத்துக்கு முன்னும், பின்னும் பைலட்டும் எஸ் கார்டும் போட்டிருந்தார்கள், காவல்துறையின் இந்த ஏற்பாடு காம ராஜருக்குத் தெரியாது. புறப்பட்டு வெளியில் செல்ல ஆரம்பித்த பின்பு சைரன் சப்தம் வருவதைக் கவனித்தவர், அருகில் இருந்தவரிடம் விவரம் கேட்டார். உடனே தன் வாகனத்தை நிறுத்தச் சொல்லிவிட்டு கீழே இறங்கி தன் பாதுகாப்பு அதிகாரியை கூப்பிட்டு, 'நான் என்ன வேறுநாட்டிலா பயணம் செய்துக்கிட்டு இருக்கேன். நம்ம நாட்டுல தானய்யா போய்கிட்டு இருக்கேன். நான் உசிரோட தானே இருக்கேன். அப்புறம் ஏன் முன்னாடி சங்கு ஊதிக்கிட்டு போறான். முதல்ல அதை நிறுத்தச் சொல்லுய்யா. சும்மா வெட்டி செலவு பண்ணிக்கிட்டு' என்று கடிந்து கொண்டார். அதன்பின் எப்போதும் அவருக்கு அத்தகைய பாதுகாப்பு வசதிகள் செய்யப்படவில்லை.

காமராஜர் முதல்வராக சென்னையில் இருந்தாலும் அவருடைய அம்மாவும், குடும்பத்தினரும் விருதுநகரில்தான் இருந்தனர். குடும் பத்தின் மூத்தப் பிள்ளை முதலமைச்சராக இருந்தாலும் அந்தக் குடும்பம் மாத வருமானத்தை நம்பியே ஜீவனம் செய்து வந்தது. காமராஜர் மாதம் நூற்றி இருபது ரூபாய் அவர்களுக்கு அனுப்பி வைப்பார். அதற்குள் எல்லாச் செலவுகளையும் முடித்துக்கொண்டாக வேண்டும். பெத்த அம்மா மூலமாக முயன்றாலும்கூட மகனிடம் காரியம் சாதிக்கமுடியாது என்பது ஊரறிந்த செய்தியாக இருந்ததால் தலைவரின் அம்மா என்ற அடிப்படையிலேயே தொண்டர்களும் இதர தலைவர்களும் விருதுநகர் வீட்டுக்கு வந்து சந்தித்து ஆசி வாங்கிப் போவார்கள். அப்படி வருபவர் களுக்கு சோடா, கலர் வாங்கித்தர வேண்டி இருப்பதால் கூடுதலாக முப்பது ரூபாய் சேர்த்து நூற்றி ஐம்பது ரூபாயாக அனுப்பச்சொல்லி காமராஜரைச் சந்திக்கச் சென்ற ஊர்க்காரரிடம் அவருடைய அம்மா சொல்லி விட்டிருந்தார். அதற்கு காமராஜர் அம்மாவை பார்க்க வருபவர்கள் ஏன் சோடா, கலர் எல்லாம் கேட்கிறார்கள்? அவர்களுக்கு

எதுவும் வாங்கி கொடுக்க வேண்டாம் என சொல்லச் சொன்னதோடு கூடுதலாக பணம் அனுப்பவும் மறுத்து விட்டார்.

தன்னைப் பார்க்க வந்திருந்த மகனுக்கு இம்முறையவது வீட்டில் சாப்பாடு போட வேண்டும் என நினைத்து சாப்பிட அழைத்த தன் தாயிடம் நான் ஒரு தொண்டர் வீட்டுக்கு இன்று சாப்பிட வருவதாகச் சொல்லிவிட்டேன். அங்கே போகலைன்னா அந்த தெருவில் இருக்கிற வங்க அந்த வீட்டுப் பெண்ணை உதாசீனமா பேசுவாங்க. அதுனால இன்னைக்கு சாப்பிட அங்கே தான் போகிறேன் என சாதாரண தொண்டனையும் மதிக்கும் தலைவராக இருந்த காமராஜர் அதன் பொருட்டு அவர்களுக்குச் சிரமங்களை தந்துவிடக்கூடாது என்பதிலும் கவனமாக இருப்பார்.

தன் வீட்டுத் திருமணத்துக்கு வர வேண்டும் என அழைத்த தொண்டரிடம் வரமுடியாது எனச் சொல்லி திருப்பி அனுப்பிவிட்டார். காமராஜரைச் சந்தித்து அழைப்பதற்கு முன்பாகவே எப்படியும் வர சம்மதிப்பார் என்று நினைத்து மற்றவர்களிடம் அவர் பெருமையாக சொல்லியிருந்த நிலையில் காமராஜர் வரமுடியாது என்றதும் அந்தத் தொண்டருக்கு அதிர்ச்சியாகி விட்டது. மனம் தளர்ந்து போய் தன் ஊருக்கு வந்தவரிடம் உங்க வீட்டுக்கெல்லாம் காமராஜர் வருவாரா? என்ற கேலிப் பேச்சுகள் வேறு சூழ அதிக வருத்தத்தில் இருந்தார். திருமண நாளன்று தாலிகட்டும் நேரத்தில் காமராஜரின் கார் மட்டும் அங்கு வருகிறது. அதிலிருந்து இறங்கிய காமராஜரைக் கண்டதும் அனைவரும் ஆச்சர்யபட அந்த தொண்டர் நீங்கள் வருவதாக அப்பவே சொல்லியிருந்தால் நான் சிறப்பாக ஏற்பாடுகள் செய்திருப்பேனே என்றார். உடனே காமராஜர் அதனால் தான் சொல்லவில்லை. நான் முன்கூட்டியே வர சம்மதம் சொல்லியிருந்தால் என்னோடு நிறைய தொண்டர்களும் வந்துவிடுவார்கள். அவர்களுக்கு சாப்பாடு, எனக்கு வரவேற்பு என நீங்கள் அதிகம் செலவு செய்ய வேண்டியிருந்திருக்கும். அதனால் தான் இந்த திடீர் விஜயம் என்றார்.

சகமனிதனை மனிதனாக மதிக்கும் மாண்பை எங்கும் இழக்காத காமராஜர் ஒருமுறை மதுரை விருந்தினர் மாளிகையில் தங்க நேர்ந்தது. முதல்வர் வந்திருந்த அந்த நேரத்தில் மின்சார கோளாறு ஏற்பட்டுவிட ஊழியர்கள் அதை சரிசெய்யும் பணியில் தீவிரமாக இருந்தார்கள். உடனே காமராஜர் நான் படுக்க வேண்டும். அதனால் அந்த அறையில் இருக்கும் கட்டிலை இந்த வேப்பமரத்தடியில் கொண்டுவந்து போடுங்கள் என்றார். அதிகாரிகளும் அவ்வாறே செய்ய அதில் ஏறி படுத்துக்கொண்ட காமராஜர் தன்னருகில் காவலுக்கு நின்று கொண்டிருந்த காவலரிடம் நீங்கள் ஏன் இங்கு நிற்கிறீர்கள்? நீங்களும்

போய் படுங்கள். என்னை யாரும் தூக்கிச் சென்று விடமாட்டார்கள் என்றார்.

உள்ளூரிலும், கட்சியிலும் தனக்கிருந்த செல்வாக்கை காட்டி முழு தாகக் கட்டி முடிக்கப்படாத நிலையிலிருந்த தன் திரையரங்குக்கு அனுமதி கேட்ட கட்சி பிரமுகரிடம் விதிமுறைகளை மீறி அப்படித் தர முடியாது என அந்த மாவட்ட கலெக்டர் மறுத்து விட்டார். இந்தத் தகவல் அந்த திரையரங்க திறப்புவிழாவில் கலந்து கொள்ள வந்திருந்த முதல்வர் காமராஜரின் கவனத்துக்குக் கொண்டு செல்லப்பட்டது. நடந்ததைக் கேட்டறிந்த காமராஜர் அந்த கலெக்டரின் வீட்டுக்கே சென்று பாராட்டினார்.

முதல்வராவதற்கு முன் உப்புச்சத்தியாகிரகப் போராட்டத்தில் ஈடுபட்டு சிறை சென்று திரும்பிய பின் அளிக்கப்பட்ட வரவேற்பு நிகழ்ச்சியில் காமராஜர் பேசிய போது, 'உங்கள் நண்பனான எனக்கு நீங்கள் சிறப்பான வரவேற்பைத் தந்தீர்கள். உங்கள் அன்புக்கு நன்றி! நீங்கள் அனைவரும் எனக்காக ஒரு பிரார்த்தனை செய்ய வேண்டும். நீங்கள் தந்த வரவேற் பினால் எனக்கு தலைக்கணம் வந்துவிடக்கூடாது என பிரார்த்தனை செய்யுங்கள்' என்று மக்களிடம் கேட்டுக் கொண்டார். சர்வவல்லமை மிக்க பதவியில் வந்தமர்ந்த பின்பும் அதிகாரவெறி தன்னை அண்டாதபடி அவர் பார்த்துக் கொண்டதற்கு இந்தப் பிரார்த்தனையும் ஒரு காரணமோ?

சென்னை தேனாம்பேட்டை காங்கிரஸ் மைதானத்தில் நடைபெற்ற காவலர்கள் நூற்றாண்டு விழாவில் மைதானம் முழுக்க மக்கள் கூட்டம் நிரம்பி வழிந்தது. இடம் கிடைக்காத மக்கள் ஒருவருக்கொருவர் நெருக் கியடித்துக் கொண்டும், இடித்துக்கொண்டும் நெரிசலாக நின்றபடி காமராஜரின் வருகைக்காகக் காத்திருந்தார்கள். மேடையின் முன்பக் கத்தில் முக்கிய விருந்தினர்களுக்காக ஒதுக்கப்பட்டிருந்த பகுதியில் நிறைய இடம் இருந்தது. விழா மேடைக்கு வந்த காமராஜர் வரும் போதே மக்கள் ஒருவரோடு ஒருவர் நெருக்கியடித்துக் கொண்டு நிற்பதைக் கவனித்து விட்டு முன்வரிசையில் உள்ள நாற்காலிகள் எல்லாம் காலியாக இருக்கிறபோது நீங்கள் ஏன் பின்னாடி நின்று சிரமப் படனும். முன்னாடி வாங்கன்னேன் என அவர்களை அழைத்து அமர வைத்த பின்பே மேடையேறி அமர்ந்தார்.

காரியமாகும் வரை தொண்டன் வேண்டும். காரியம் முடிந்துவிட்டால் தொண்டனைக் கண்டு கொள்ளவே கூடாது. தோளில் கிடக்கும் துண்டைத் தூக்கி தூரப் போடுவதைப் போல அவனை விட்டுத் தூரமாக விலகி நின்று கொள்ளவேண்டும் என்ற இன்றைய அரசியல் சித்தாந்தத்தை அறவே காமராஜர் வெறுத்தார். தொண்டர்களை எப்பொழுதும் உற்சாகப்படுத்திக்கொண்டே இருப்பார்.

1967ம் ஆண்டு காந்தியின் 98வது பிறந்தநாள் கொண்டாட்டத்தின்போது குமரி அனந்தன் தலைமையில் குமரியிலிருந்து சென்னை வரை 98 காங்கிரஸ் தொண்டர்கள் பாத யாத்திரை மேற்கொள்ளத் திட்டமிட்டு காமராஜரின் ஒப்புதலையும் பெற்றனர். தொண்டர்கள் சென்னையை வந்தடையும்போது அவர்களை காமராஜர் வாழ்த்தி வரவேற்கவும் முடிவு செய்யப்பட்டது. அக்டோபர் இரண்டாம் தேதி புறப்பட்ட தொண்டர்கள் 550 மைல்கள் கடந்து திண்டிவனத்தைத் தாண்டிய போது அவர்களை சென்னையில் வரவேற்கும் தினமான நவம்பர் 14 ல் காமராஜர் அரசியல் பணி காரணமாக அவசரமாக டெல்லி செல்லப் போகிறார் என்ற தகவல் கிடைத்தது. செய்தியறிந்ததும் உற்சாகமிழந்த நிலையில் தொண்டர்கள் யாத்திரையைத் தொடர்ந்தனர். அச்சிறுப்பாக்கத்தை நெருங்கியவர்களுக்கு இன்ப அதிர்ச்சி தரும் விதமாக அவர்களை காமராஜரே எதிர்கொண்டு வரவேற்றார். உங்களை எல்லாம் சென்னையில் வரவேற்றுப் பாராட்ட முடியாத நிலை. அவசரமாக டெல்லி செல்ல வேண்டிய கட்டாயம். அதனால்தான் இடையிலேயே உங்களைச் சந்தித்து பாராட்டிவிட்டுப் போக வந்தேன் என்று கூறினார். அதற்கப்புறம் தொண்டர்களுக்கு ஏற்பட்ட உற்சாகத்தை சொல்லவும் வேண்டுமா என்ன?

காமராஜரின் இந்த எளிமையும் யதார்த்தமும் மக்களிடையே அவருக்கு மகத்தான செல்வாக்கைப் பெற்றுக்கொடுத்திருந்தது. மக்களின் தொண்டனாகத் தன் வாழ்நாள் முழுவதும் அவர் வாழ்ந்ததால் வடமாநில மக்களும் அவரை காலா காந்தி (கறுப்பு காந்தி) என்று அழைத்துக் கொண்டாடினார்கள்.

14

மாற்றான் தோட்டத்து மல்லிகை

காமராஜரின் காலத்தில் மக்களை ஒன்று திரட்டுவதிலும், அதன்மூலம் அரசு இயந்திரத்தை முடக்குவதிலும் செல்வாக்குப் பெற்ற மக்கள் தலைவர்களாக இருந்த எதிர்க்கட்சித் தலைவர்களாலும்கூட காமராஜர் உயர்வாகவே மதிக்கப்பட்டார், போற்றப்பட்டார். அவர்மீது அவர்கள் கொண்டிருந்த அன்பும் மரியாதையும் அவர்கள்மீது காமராஜர் வைத் திருந்த அன்பும் மரியாதையும் இனி எந்தக் காலத்திலும் அரசியல் களத்தில் இருக்கும் தலைவர்களிடையே உருவாக சாத்தியமே இல்லை என்பதை இன்றைய தலைவர்களுக்கிடையே நிகழும் நிகழ்வுகள் நமக்குச் சுட்டிக்காட்டியபடியே இருக்கிறது. கட்சி பேதமின்றி தலை வர்களிடையே அவர் கொண்டிருந்த நெருக்கம்தான் மக்கள் பிரச்னை களைப் பலநேரங்களில் சுலபமாகத் தீர்க்க அவருக்கு உதவின. அரசியல் என்ற வட்டத்தைத் தாண்டி அத்தகைய தலைவர்களுடன் காமராஜருக்கு இருந்த உறவு அற்புதமானது. எதிரெதிர் சந்தித்துக் கொண்டால் கூட பரஸ்பர புன்னகை மரியாதைகூடச் செய்து கொள்ளாத இன்றைய தலைவர்களைப்போல் இல்லாமல் தனக்கு எதிர்வரிசையில் நிற்கும் மாற்று கட்சித்தலைவர்களின் மத்தியில் அமர்ந்து பேசும் அளவுக்கு அவர்களிடம் காமராஜர் நட்பு கொண்டிருந்தார்.

1922 ம் ஆண்டு காங்கிரஸ் கட்சித் தலைவராக பெரியார் இருந்தபோது சாத்தூரில் நடைபெற்ற மாநாட்டின் வரவேற்பு கமிட்டியில் செயலாள ராக இருந்த காமராஜர் பின்னாளில் பெரியார் மதிக்கும் தலைவராக உருவானார். பெரியாரால் பச்சைத்தமிழன் என பறைசாற்றப்பட்டார். ராஜாஜிக்குப் பின் முதல்வராகப் பதவியேற்கத் தயங்கி நின்ற காம ராஜரைச் சந்தித்து தான் எல்லா வகையிலும் ஆதரவு தருவதாகச் சொல்லி சம்மதிக்க வைத்தார். சொன்னதோடு இல்லாமல் 'ஒரு பச்சைத் தமிழனின் ஆட்சி நடைபெறுகிறது. அதனால் நாமெல்லாம் அவருக்குக் கண்டிப்பாக ஆதரவு தரவேண்டும்' என தான் பேசும் இடங்களில் எல்லாம் கூறி வந்தார்.

குடியாத்தம் இடைத்தேர்தலில் காமராஜர் போட்டியிட்டபோது அவர் கேட்காமலே ஆதரவு கொடுத்தார். குலக்கல்வித் திட்டத்தை காமராஜர் நீக்கிய செய்தியை காங்கிரஸ் கட்சியினரைவிட அதிக அளவில் மக்களிடம் பெரியார்தான் கொண்டு சென்றார். இதையெல்லாம் செய்த போது பெரியாருக்கு வயது 82!

விருதுநகர் சட்டமன்றத் தொகுதியில் காமராஜர் போட்டியிட்டபோது ஒட்டப்பட்டிருந்த சுவரொட்டிகளில் 'படிக்காத காமராசரைப் பற்றி படித்த காமராசன் (கவிஞர் நா.காமராசன்) பேசுவார்' என பிரசாரம் செய்யப்பட்டிருந்தது. இந்தச் செய்தியை பெரியாரிடம் தொண்டர்கள் சொன்னபோது 'சரியாத்தான் போட்டிருக்கானுங்க. ஆனா படிக்காத காமராசர் உருவாக்கிய பள்ளிக்கூடத்தில் படித்த காமராசர் பேசுவார் என போட்டிருக்கணும். அந்த ஒரு வார்த்தையை சேர்த்திருந்தா நல்லா இருந்திருக்கும்' என்றார்.

முதலமைச்சராக இருக்கும் தன் மகனுக்கு உறுதுணையாக பெரியார் இருக்கிறார் என்பதைக் கேள்விப்பட்ட காமராஜரின் தாயார் அவரைப் பார்க்க விரும்பியதைக் கேள்விப்பட்டதும் தானே சென்று பார்த்தார். அவரைக் கண்ட காமராஜரின் தாயார், 'நீங்க பெரிய சாமியார் மாதிரி இருக்கீங்க. அதுனாலதான் உங்க சொல்ல என் பையன் தட்டாம கேட் குறானா. அவனை நல்ல படியா பார்த்துக்குங்க' என கேட்டுக் கொண்டார். அந்த அளவுக்கு பெரியார் காமராஜர் உறவு இருந்தபோதும் இருவரும் நேரில் சந்தித்துக் கொள்ளும் வாய்ப்புகள் அடிக்கடி அமையவில்லை.

பெரியாருடன் நின்று புகைப்படம் எடுத்துக்கொள்ள வேண்டுமானால் இரண்டு ரூபாயும், குழந்தைக்கு அவர் வாயால் பெயர் சூட்ட வேண்டு மானால் ஒரு ரூபாயும் தர வேண்டும். சென்னையில் பெரியாருக்கு நடந்த பிறந்தவிழா கொண்டாட்டத்தின்போது தன் குழந்தைக்கு பெயர் வைக்கும் படி ஒருவர் கேட்டுக் கொண்டு ஒரு ரூபாயும் கொடுத்தார். உடனே இன்னும் ஒரு ரூபாய் கொடுத்தால் நல்ல பெயரா வைப்பேன் என சொன்னதும் குழந்தையின் தந்தையும் அப்படியே செய்ய அந்த குழந்தைக்கு பெரியார் சூட்டிய பெயர், காமராஜர்!

கல்வி சம்பந்தப்பட்ட எந்த நிகழ்ச்சியைத் தொடங்கினாலும் கடவுள் வாழ்த்து சொல்வதை நிறுத்திவிட்டு காமராஜருக்கு வாழ்த்து சொல்வது தான் முறை என கூறி வந்த பெரியார் கே பிளான் படி காமராஜர் பதவி விலக முடிவு செய்தபோது அதைக் கடுமையாக எதிர்த்தார்.

பள்ளிக் கல்வி இயக்குனராக இருந்த நெ.து. சுந்தரவடிவேலுவிடம் பெரியார் வழிகாட்டுகிறார், நாம் செயல்படுகிறோம். காலம் காலமாக

அடிமைப்பட்டிருந்த நம்மை பெரியார் மீட்டிராவிட்டால் நம்ம நிலைமை எல்லாம் இப்ப இப்படியா இருந்திருக்கும் என்று கூறிய காமராஜர் தன்னுடைய ஆட்சிப் பெருமைகளை எல்லாம் பெரியாருக்கே அர்ப்பணித்தார். காமராஜர்மீதும், அவர் ஆட்சியின்மீதும் பெரியார் அன்பும் மதிப்பும் வைத்திருந்தபோதும் தேசியக்கொடி எரிப்பு உள்ளிட்ட போராட்டங்களையும் நடத்திக்கொண்டுதான் இருந்தார். அச்சமயங்களில் அரசாங்கம் கைது நடவடிக்கைகளை எடுக்கும்போது பெரியாருக்கு மட்டும் அதிலிருந்து விதிவிலக்கு அளிக்கப்படும்.

காங்கிரஸ் கட்சியில் சேருமாறு ஜீவா விடுத்த அழைப்பை ஏற்று அவ்வியக்கத்தில் தன்னை இணைத்துக்கொண்ட காமராஜர் பின்னாளில் ஜீவாவின் நெருங்கிய நண்பரானார். காங்கிரசில் நிலவி வந்த சாதிய ஆதிக்கத்தால் அதிலிருந்து விலகிய ஜீவா **1952** ம் ஆண்டு சட்டமன்ற உறுப்பினராக இருந்தபோதே வீட்டு வாடகை கட்டமுடியாத நிலையில் தாம்பரத்தில் முன்பு தாம் வசித்த குடிசை வீட்டுக்கே திரும்பி வந்தார். அதன்பின்னும் அங்கேயே தங்கியிருந்தார். அங்கு தங்கியிருக்கும் குடிசைவாசிகளுக்கு பட்டா வழங்க வேண்டும் என கேட்டு ஜீவா போராடி வந்தார். அச்சமயத்தில் தாம்பரத்தில் ஆரம்பப்பள்ளி ஒன்றைத் திறந்து வைப்பதற்காக முதல்வராக இருந்த காமராஜர் சென்றபோது அங்கு தங்கியிருக்கும் ஜீவாவையும் அந்த விழாவுக்கு அழைத்துச் செல்ல விரும்பினார். அப்பள்ளிக்கு ஜீவா அடிக்கல் நாட்டி இருந்தார். அதனால் அவரையும் அழைத்துச் செல்வதுதான் முறை எனக்கூறி தன் காரை ஜீவாவின் வீட்டுக்கு விடச் சொன்னார். நீங்கள் தான் இந்தியாவின் சொத்து என காந்தியடிகள் புகழ்ந்து கூறிய ஜீவா ஒழுகும் கூரை வீட்டில் இருந்ததைக் கண்ட காமராஜர் கலங்கிப் போனார். என்ன இந்த வீட்டுல நீங்க இருக்கீங்க? என்று காமராஜர் கேட்டபோது, நான் மட்டுமா? இங்கு இருக்கும் எல்லோரையும் போல தான் நானும் இருக்கேன் என்றார் ஜீவா.

உட்கார்ந்து பேசுவதற்கு கூட நாற்காலி இல்லாத நிலையில் இருவரும் நின்றுகொண்டே பேசிக் கொண்டிருந்தனர். நீ அடிக்கல் நாட்டிய பள்ளியைத் திறந்து வைக்கப் போகிறேன். உன்னையும் அழைத்துப் போக வந்தேன் என்றார். ஜீவாவோ, ‘நீ முதலமைச்சர். நீ திறந்தா போதாதா?’ என்று மறுத்தபோதும் காமராஜர் விடாது வற்புறுத்தி அழைத்ததால் நீ முதலில் போ. நான் பின்னாலயே வந்து விடுகிறேன் என்றார். விழா தொடங்கி அரைமணி நேரம் கழித்து வந்த ஜீவாவிடம் ‘லேட் பண்ணிட்டியே’ என காமராஜர் கடிந்து கொண்டதும், ‘நல்ல வேஷ்டி ஒன்னு தாம்பா இருக்கு. அதை உடனே துவைச்சு காயவைத்து கட்டிட்டு வருவதற்கு தாமதமாகிடுச்சு. தப்பா நினைச்சுக்காதே’ என சொன்னதைக் கேட்டதும் எதற்கும் கலங்காத காமராஜர் கலங்கிப் போய்விட்டார்.

மறுநாளே ஜீவாவுக்கு தெரியாமல் அவருடைய நண்பர்களை அழைத்து அவனைப் போன்ற தியாகிகள் எல்லாம் இப்படிக் கஷ்டப்படக் கூடாது. வீடு கொடுத்தாலும் போக மாட்டான். கார் கொடுத்தா வாங்கிக்க மாட்டான். வேறு ஏதாவது செய்யலாம் என நினைக்கிறேன். என்ன செய்யலாம்? என கேட்டார். வந்திருந்த ஜீவாவின் நண்பர்களில் ஒருவர். ஜீவாவின் மனைவி படித்தவர். அவருக்கு ஒரு பள்ளியில் அரசு வேலை கொடுத்தா கொஞ்சம் கஷ்டம் தீரும் என கூறியதைக் கேட்டதும் காமராஜர் சந்தோஷமடைந்தார். நான் கொடுத்தேன்னு தெரிஞ்சா அவன் மனைவியை வேலை செய்யவிட மாட்டான். அதுனால நீங்களே ஜீவா மனைவியிடம் பேசி வீட்டுக்குப் பக்கத்துல இருக்கிற பள்ளிக் கூடத்துல ஒரு வேலை இருக்குன்னு சொல்லி மனு போடச் சொல்லுங்கள். நான் வேலை போட்டுத் தருகிறேன். இந்த விஷயம் வேறு யாருக்கும் தெரியக்கூடாது என சொல்லி அனுப்பி வைத்தார். அந்த வேலை கிடைத்த பின்புதான் ஜீவாவின் குடும்ப வறுமை கொஞ்சம் ஒழிந்தது.

காமராஜர் ஜீவாவின்மீது வைத்திருந்த மதிப்புக்கு இணை எதுவு மில்லை. காமராஜர் மேல் ஜீவா வைத்திருந்த அன்பும் அதே அளவுக்கு இணையானது. நோய்வாய்பட்டு மரண தருவாயில் மருத்துவமனையில் சேர்க்கப்பட்டிருந்த ஜீவா தன் பக்கத்தில் இருந்த காந்திராமனிடம் தன் மனைவி பத்மாவதிக்கு தந்தி கொடு என சொன்ன பின் கூறிய கடைசி வார்த்தை 'காமராஜுக்கு போன் பண்ணு' என்பதுதான்!

திராவிடர் கழகத்தில் பெரியாரின் அரவணைப்பில் இருந்தபோதே தன்னை அறிந்திருந்த காமராஜருக்குப் போட்டியாக பின்னாளில் தனிக் கட்சி ஆரம்பித்து வளர்ந்து நின்றவர் அறிஞர் அண்ணா! அவருடைய இந்தி மொழி எதிர்ப்புப் பிரச்சாரம் அச்சமயத்தில் காங்கிரஸ் கட்சிக்கு பெரும் தலைவலியாக இருந்தது. காங்கிரசையும் ஆட்சியையும் அண்ணா கடுமையாக மேடைகளில் விமரிசனம் செய்தபோதும் காம ராஜர்மீது மிகுந்த மதிப்பும், மரியாதையும் வைத்திருந்தார். ராமநாதபுரம் மாவட்டத்தில் வெள்ளப்பெருக்கு ஏற்பட்ட சமயத்தில் அதிகாரிக ளோடு முன்னின்று முதல்வராக இருந்த காமராஜர் செயல்பட்ட விதம் பற்றி எழுதிய கட்டுரையில் அண்ணா, 'நமக்கு பொறுப்புள்ள முதல மைச்சர் கிடைத்திருக்கிறார். எனவே, நாம் பொறுமையுடனும், நம்பிக்கையுடனும் இருப்போம்' என்று குறிப்பிட்டார். முதுகுளத்தூர் கலவரப் பிரச்னையில் காமராஜர் அரசுமீது நம்பிக்கையில்லாத் தீர்மானத்தை சட்டசபையில் எதிர்க்கட்சிகள் கொண்டு வந்தபோது அண்ணா ஓட்டெடுப்பில் கலந்துகொள்ளாமல் நடுநிலை வகித்தார். சென்னை மாநகராட்சியைக் கைப்பற்றியிருந்த திராவிட முன்னேற்றக்

கழகம் சார்பில் அண்ணாவுக்குச் சிலை வைக்க முடிவு செய்யப்பட்ட போது 'எனக்கு வேண்டாம். நாட்டுக்கு உழைத்த நல்லவர் முதலமைச்சர் காமராஜருக்கு சிலை வையுங்கள்' என கூறியதோடு அதை காமராஜர் மிகவும் மதித்துப் போற்றும் நேருவின் கைகளால் திறந்து வைக்கவும் செய்தார்.

தமிழகத்தில் அப்போது நிலவி வந்த மொழி, அரிசி பிரச்னைகளை முன்னிறுத்தித் தன் கட்சியைப் பலமாக காலூன்ற வைத்திருந்த அண்ணா 1967ம் ஆண்டு நடந்த பொதுத்தேர்தலில் தமிழகம் முழுக்க வேட்பாளர் களை நிறுத்தியபோது விருதுநகர் தொகுதியில் காமராஜரை எதிர்த்தும் தன் கட்சி வேட்பாளரை நிறுத்தினார். ஆனால் அங்கு காமராஜருக்கு எதிராகப் பிரசாரம் செய்யப் போகவில்லை. அவர் மட்டுமல்ல கலைஞர் உள்ளிட்ட தலைவர்கள் கூட பிரசாரம் செய்ய செல்லாமலிருந்தபோதும் துரதிர்ஷ்டவசமாக காமராஜர் அத்தேர்தலில் தோல்வியடைந்தார். தன் கட்சி வேட்பாளரின் வெற்றியைக் கேள்விப்பட்ட அண்ணா அதிர்ச் சியடைந்தார். அப்போது பத்திரிகைக்கு அளித்த பேட்டியில் 'காமராஜர் தேர்தலில் தோல்வியடைந்ததை உண்மையில் என்னால் தாங்கிக் கொள்ள முடியவில்லை. காங்கிரஸ் கட்சி தோற்கவேண்டும் என்று தான் விரும்பினேனேயொழிய தலைவர் காமராஜர் தோற்கவேண்டு மென விரும்பவில்லை. நினைக்கவுமில்லை' என்றார்.

காமராஜரைத் தோற்கடித்து விட்டதால் தனக்கு அமைச்சரவையில் இடம் கிடைக்கும் என நினைத்த பெ. சீனிவாசன் அதற்கான வாய்ப்பு இல்லை என அறிந்ததும் அண்ணாவைச் சந்தித்து 'எனக்கு மந்திரியாகும் தகுதி இல்லையா?' என கேட்டார். அதற்கு அண்ணா, 'உண்டு தம்பி. ஆனால் நீ தோற்கடித்தது மாபெரும் தலைவரை! அவரை நீ தோற் கடித்துவிட்டாய் என்பதற்காக உனக்கு மந்திரி பதவி தந்தால் தமிழ் நாட்டின் சரித்திரம் என்னை சபிக்கும்' என சொல்லி அமைச்சரவையில் இடம் தர மறுத்துவிட்டார்.

நாகர்கோவில் நாடாளுமன்றத் தொகுதியில் 1969ம் ஆண்டு நடந்த தேர்தலில் போட்டியிட்ட காமராஜரை வீழ்த்த திராவிட முன்னேற்றக் கழகத்தின் கூட்டணி ஆதரவோடு ராஜாஜி தீவிரமாகச் செயல்பட்டுக் கொண்டிருந்தார். ராஜாஜியின் சுதந்திரா கட்சியோடு கூட்டணி இருந்த போதும் பிரசாரத்துக்குச் செல்ல அண்ணா மறுத்துவிட்டார். 'பெருந் தலைவர் காமராஜர் தங்கக் காப்பு. அதை நான் எந்தக் காரணம் கொண்டும் தேர்தல் களம் என்னும் உலையில் உருக்கி அழிக்க மாட்டேன்' என்று கூறியதோடு காமராஜரை எதிர்த்து திராவிட முன்னேற்றக் கழகம் இந்தத் தேர்தலில் செயல்படாது என்றும் அறிவித்தார்.

எதிரெதிர் துருவங்களில் நின்றபோதும் இந்த இருவரிடையே இருந்த நட்பு பலரையும் வியப்பில் ஆழ்த்தியது. தொண்டைவலி என்று காரணம் கூறி மருத்துவமனையில் சேர்க்கப்பட்டிருந்த அண்ணாவைச் சந்திக்க காமராஜர் சென்றார். தொண்டை வலிக்கான சரியான காரணம் இன்னும் கண்டறியப்படவில்லை என்பதை அறிந்த காமராஜர் அங்கிருந்த மருத்துவர்களிடம் 'இவர் முதலமைச்சர்னேன். உடனடியாக சிகிச்சையை ஆரம்பிங்கன்னேன்' என கடுமையாக கூறினார். அமெரிக்காவுக்கு சிகிச்சைக்கு செல்ல வேண்டும் என முடிவானபோது உடனடியாக அதற்கு வேண்டியவற்றைச் செய்ய உதவினார்.

சிகிச்சைக்காக அமெரிக்காவுக்கு அண்ணா சென்ற விமானம் மும்பையில் தரையிறங்கியபோது பூங்கொத்தோடு தன்னைச் சந்திக்க வந்திருந்த அமைச்சரைக் கண்ட அண்ணா, நான் வருவது உங்களுக்கு எப்படி தெரியும்? இந்தச் செய்தி நாளை காலைதான் பத்திரிக்கைகளில் வெளிவரும் என்றார். 'நீங்கள் புறப்படும்போது காமராஜரால் சந்திக்க முடியவில்லையாம். அதனால் தான் தொலைபேசியில் என்னை அழைத்து விபரம் சொல்லி அவர் சார்பாக வழியனுப்பி வைக்கச் சொன்னார்' என்று கூறியதைக் கேட்ட அண்ணா கண்கள் கலங்கினார்.

இந்தியாவுக்கு வந்திருந்த அமெரிக்க அதிபர் ரிச்சர்ட் நிக்ஸன் காம ராஜரைப் பற்றி அறிந்து அவரை சந்திக்க விரும்பிய போது மறுத்து விட்டார். அண்ணா அமெரிக்காவில் இருந்த சமயத்தில் நிக்ஸனைச் சந்திக்க அனுமதி கேட்டபோது அமெரிக்க அரசாங்கம் மறுத்து விட்டது. அன்று ஒரு தமிழனை சந்திக்க மறுத்தவரை நானும் சந்திக்க விரும்பவில்லை என காமராஜர் கூறியதைக் கேட்ட நேரு ஆடிப்போனார்.

அண்ணாவின் வெற்றியைப் பலரும் கடுமையாக சாடியபோது அவர் களை வாழ்த்தியதோடு புதிதாகப் பதவியேற்றிருப்பவர்கள் ஆட்சி முறையைக் கற்றுக்கொள்ளும் வரை ஆறு மாதங்களுக்கு எந்தக் குறையும் சொல்லக் கூடாது என கட்சியினருக்கு காமராஜர் கட்டளையிட்டார்.

அறிஞர் அண்ணா வழி வந்த கலைஞர் கருணாநிதியும் காமராஜரை மிகவும் மதித்துப் போற்றினார். அதுவரையிலும் இல்லாத அரசாங்க நடைமுறையை மாற்றி காமராஜரை அரசு மரியாதையுடன் அடக்கம் செய்ய ஆணையிட்டார். சென்னை உள்நாட்டு விமான முனையத்திற்கு காமராஜரின் பெயர் சூட்டி உரையாற்றும்போது 'இது காமராஜரின் உழைப்பிற்கும், சிறந்த தியாகத்திற்கும், தன்னலமற்ற தொண்டிற்கும் நாங்கள் அளிக்கின்ற மரியாதை' என்று புகழாரம் சூட்டினார். கருணா

நிதியை அடுத்து தமிழக முதல்வராக பொறுப்பேற்ற எம்.ஜி.ஆர் 'காம ராஜர் என் தலைவர். அண்ணா என் வழிகாட்டி' என பெருமையாகக் கூறிக்கொண்டதோடு மதுரை பல்கலைக்கழகத்துக்கு 'மதுரை காமராஜர் பல்கலைக்கழகம்' என்று பெயர் சூட்டினார்.

தான் பார்த்து வியந்த தலைவர்கள் தொடங்கி தன்னைப் பார்த்து வியந்த தலைவர்கள் வரை அனைவருக்கும் காமராஜர் வழிகாட்டியாக, முன்னு தாரணத் தலைவராக இருந்தார். அதனால் தான் கட்சி, அரசியல் என்ற எல்லைகள் தாண்டியும் மக்களோடு தலைவர்களும் அவரை பெருந் தலைவர் என்ற நிலையில் மதித்துப் போற்றினார்கள்.

15

அரசியல் தலைவர்

ஒருவன் தன் உபதேசங்களின்படி வாழ்ந்து காட்டுவது என்பது அசாதாரணமானது. காமராஜரின் வாழ்வு அந்த வகையில் மிகவும் அசாதாரணமானது. தன்னால் கடைபிடிக்கமுடியாத எதையும் அவர் மற்றவர்களுக்கு உபதேசம் செய்ததில்லை. வார்த்தைகளைவிட வாழ்ந்து காட்டுவதில் அவர் நம்பிக்கை கொண்டிருந்தார். அதுவே மிகப்பெரிய பாடத்தை மற்றவர்களுக்குப் போதிக்கும் என்று நம்பினார். தலைவன் எவ்வழியோ தொண்டனும் அவ்வழி என்பதால் தலைவராக இருந்த காமராஜர் தவறியும் தன் மூலமாக, தன் செயல்பாடுகள்மூலமாக தொண்டனுக்கும் மக்களுக்கும் தவறான விஷயங்கள் செய்திகளாகக் கூட போய்விடக்கூடாது என்று நினைத்தார்.

மக்கள் வளர்ச்சி சார்ந்த அரசு விஷயங்களில்கூட வீண்செலவு, ஆடம்பரச் செலவு ஆகியவற்றை அறவே ஒதுக்கித் தள்ளினார். பெருநகரங்களைச் சுற்றி சிறு, சிறு நகரங்கள் தோன்றினால் மக்களின் நெரிசல் குறையும் என திட்டமிட்டபோது சில உயர் அதிகாரிகள் அதையே சாக்காக வைத்து உலகநாடுகளை ஒரு வலம் வந்துவிடலாம் என்ற நினைப்பில் அமெரிக்காவுக்கு போய் அங்குள்ள நகரங்களை தாங்கள் பார்வையிட்டு வர அனுமதிக்கவேண்டும் என்று கோரினர். தன் பார்வைக்கு வந்த அந்த கோப்பில் 'நீங்கள் இதற்காக விமானம் ஏறி அமெரிக்கா போக வேண்டியதில்லை. ரயிலேறி மதுரையை போய் பார்த்து வாருங்கள். அதைவிட அமைப்பான நகரம் வேறு எங்குமில்லை' என்று எழுதி அனுப்பினார். தேவையற்ற விஷயங்களுக்காக மக்கள் பணம் செலவழிக்கப்படுவதை அவர் ஏற்றுக்கொள்வதில்லை.

தன்னைப் பற்றி எந்த வகையிலும் வரும் விளம்பரத்தை விரும்புவது போலவே புகழை விலை கொடுத்தேனும் வாங்கவேண்டும், அல்லது தன்னைப் புகழ்ந்து மற்றவர்கள் பேச வேண்டும் என ஆசைப்படும் அரசியல்வாதிகளுக்கே உரிய அடையாளத்தை எப்போதும்

தனக்குரியதாக காமராஜர் ஆக்கிக்கொண்டதே இல்லை. அகில இந்திய காங்கிரஸ் கட்சியின் தலைவராக செல்வாக்கோடு காமராஜர் வலம் வந்துகொண்டிருந்த சமயத்தில் ராஜஸ்தான் பல்கலைக்கழகம் கௌரவ டாக்டர் பட்டம் தர முன்வந்தபோது அதை மறுத்துவிட்டார். ஒருமுறை திருவான்மியூரில் காந்தி சிலை திறப்பு விழாவில் கலந்துகொண்டார். அவ்விழாவில் பேசிய ஒரு பேச்சாளர் காமராஜரைப் புகழ்ந்து பேசிக் கொண்டேயிருந்தார். பொறுத்துப் பொறுத்துப் பார்த்த காமராஜர் சட்டென தன் இருக்கையிலிருந்து எழுந்து வந்து பேசிக்கொண்டிருந் தவரின் சட்டையைப் பிடித்து இழுத்து 'இது மகாத்மா காந்தி சிலை திறப்பு விழாவா? அல்லது எனக்கு பாராட்டு விழாவா? என்னையப் பத்தி பேசவா கூட்டம் போட்டிருக்கோம்? காந்திய பத்தி மட்டும் பேசுங்க' என கண்டிப்புடன் கூறிவிட்டு தன் இருக்கையில் போய் அமர்ந்தார்.

மக்களுக்காக தான் சட்டமேயொழிய சட்டத்துக்காக மக்கள் இல்லை என சொல்லி மக்களின் நலனுக்குத் தடையாக இருந்த சட்டங்களை எல்லாம் சட்டையைக் கழற்றி எறிவதைப் போல மாற்றியமைத்த காமராஜர். அந்தச் சட்டங்களை பின்பற்றுவதிலும், மதிப்பதிலும் தானே முன்னுதாரணமாகத் திகழ்ந்தார். முதலமைச்சராகப் பதவியிலிருந்த சமயத்தில் இரவுக் கூட்டம் முடிந்து திரும்பிக்கொண்டிருந்தார். அப்போது தன் வாகனம் ஒரு வழிப்பாதையில் சென்று கொண்டிருப் பதை கவனித்தவர் உடனே வாகனத்தை நிறுத்தச் சொல்லி ஏன் வாகனம் செல்ல அனுமதியில்லாத பாதையில் செல்கிறாய்? உடனே திருப்பு என்று டிரைவரிடம் கூறினார். அதற்கு அந்த டிரைவர், ஐயா இந்த இரவுநேரத்தில் போக்குவரத்து குறைவாக தான் இருக்கிறது. இந்தப் பாதையில் சென்றால் சீக்கிரம் வீட்டுக்குப் போய்விடலாம் என்றார். உடனே காமராஜர் இரவுநேரமென்றால் எப்படி வேண்டுமானாலும் போகலாமா? கூட்டமில்லை என்று இப்போது போனால் அதுவே பின்னர் பழக்கமாகிவிடும். சட்டத்தை இயற்றும் நாமே அதை மீறுவது தவறு. முதலமைச்சரே சட்டத்தை கடைப்பிடிக்கவில்லையென்றல் மற்றவர்கள் எப்படி கடைப்பிடிப்பார்கள்? என்று கூறி டிரைவரிடம் சரியான பாதையில் செல்லுமாறு கூறினார்.

காமராஜரின் காலத்தில் அரசியல் நாகரிகத்தின் அடையாளங்களுள் ஒன்றாக இருந்து இன்று அப்படி இல்லாமல் போய்விட்ட விஷயம் நன்றி மறவாமை. காமராஜர் தன் வளர்ச்சிக்கு உதவியவர்களை ஒருநாளும் மறக்கவில்லை. தான் அரசியலில் நுழைந்திருந்த காலத்தில் உதவிய மதுரை ஜார்ஜ் ஜோசப்பின் புகைப்படத்தைத் தன்னுடைய அறையில் மாட்டி வைத்திருந்தார். தன் அரசியல் குருவாக இருந்து வழிகாட்டிய சத்தியமூர்த்தியைப் பதவிக்கு வந்த பின்பும்

மறக்காதவராக முதல்வர் பதவி ஏற்பதற்கு முன் அவர் வீட்டுக்குச் சென்று சத்தியமூர்த்தியின் படத்துக்கு மாலையிட்டு வணங்கி அவருடைய மனைவியின் ஆசிகளையும் பெற்று வந்தார். அதன்பின் 1955ல் தனது மேற்பார்வையில் ஆவடியில் நடைபெற்ற அறுபதாவது ஆண்டு காங்கிரஸ் மாநாட்டுத் திடலுக்கு சத்தியமூர்த்தி நகர் என்று பெயர் சூட்டினார். பூண்டி நீர்தேக்கத்துக்கு சத்தியமூர்த்தி சாகர் என பெயரிட வைத்தார். தமிழ்நாடு காங்கிரஸ் கட்சி அலுவலகத்துக்கு சத்தியமூர்த்தி பவன் என பெயர் சூட்டினார்.

சாப்பிட்டுக் கொண்டிருக்கும் சமயத்தில் சென்றால்கூட யாரையும் காமராஜர் சாப்பிடச் சொல்ல மாட்டார். சாப்பிட்டுக்கொண்டே எல்லா விவரங்களையும் கேட்பார். ஒருநாள் இரவு கூட்டம் முடிந்து பத்து மணிக்கு மேல் தன் வீட்டுக்குத் திரும்பிய காமராஜர் சாப்பிட உட்கார்ந்த சமயத்தில் அவருடைய பழைய நண்பர் ஜெயராம் ரெட்டியாரும் வந்துவிட அவருக்கும் சேர்த்து இலை போடச் சொன்னார். சாப்பிட்டு முடித்து ரெட்டியார் சென்றதும் சமையல் கட்டுக்கு வந்த காமராஜர் தன் உதவியாளர் வைரவனிடம் நீ சாப்பிடலையா? என்றார். சாப்பிட சாப்பாடு இல்லாததால் அவர் பதில் எதுவும் சொல்லவில்லை. உடனே தன் கார் டிரைவரை அழைத்து சாப்பாடு வாங்கி வரச் சொல்லி உதவியாளர் சாப்பிட்ட பின்புதான் உறங்கச் சென்றார். அன்றிலிருந்து தன்னை வீட்டில் சந்திக்க வரும் எவரையும் காமராஜர் சாப்பிடச் சொல்வதில்லை. காபிகூட கொடுப்பதில்லை.

அதேநேரம் அலுவல் சார்ந்து வெளியிடங்களுக்கு அதிகாரிகளுடன் செல்லும்போதும், தன்னை விருந்துக்கு அழைக்கும் முக்கியப் பிரமுகர்களின் வீட்டில் சாப்பிடும் போதும் அவர் அந்த கொள்கையை பின்பற்றுவதில்லை. இடைவிடாது சுற்றுப்பயணம் செய்கின்ற சமயங்களில் நள்ளிரவுக்கு மேல் இரவு சாப்பாட்டை சாப்பிட உட்காரும்போது கூட தன்னுடன் வந்த காவலர்கள், உதவியாளர்கள், கார் ஓட்டுனர் சாப்பிட்டு விட்டார்களா? என்று கேட்ட பின்பு தான் சாப்பிட அமர்வார்.

ஒருமுறை கோவில்பட்டியில் நடந்த அரசு விழாவுக்குச் சென்றிருந்த காமராஜரைக் காணவும், பேசவும் மக்கள் முண்டியடித்துக் கொண்டு வந்தனர். அவர்களைக் கட்டுக்குள் கொண்டுவர காவல்துறையினர் செய்த முயற்சிகள் பலனளிக்கவில்லை. இதைக்கண்ட காமராஜர் மக்களிடம், 'உங்களோடு பேசிட்டு போகத்தான் நாங்க எல்லோரும் வந்திருக்கோம். அதனால அவசரப்படாதீங்க. பெரியவர்கள் எல்லாம் வந்துக்கிட்டு இருக்காங்க. அவங்களுக்கு வழிவிடுங்க' என்றார். அவரோடு அந்த விழாவில் கலந்துகொள்ள வந்திருந்த அரசு அலுவலர்

களைத்தான் பெரியவர்கள் என்று காமராஜர் குறிப்பிட்டார். இந்த அளவுக்கு தான் மதிக்கும் அதிகாரிகளை எந்த நிலையிலும் அவமாரியாதை செய்வதை காமராஜர் அனுமதிக்கவே மாட்டார்.

ஒருமுறை பொதுப்பணித்துறை செயலாளராக இருந்த சீனிவாசன் என்ற ஐ.ஏ.எஸ் அதிகாரிக்கும், அத்துறை அமைச்சராக இருந்த ராமை யாவுக்கும் இடையே நடந்த விவாதத்தின்போது கோபம் கொண்ட அமைச்சர் அவர் கொடுத்த கோப்பை தூக்கி வீசி எறிந்தார். இதனால் ஏற்பட்ட அவமானத்தால் சங்கடமடைந்த சீனிவாசன் தலைமைச் செயலாளரிடம் நடந்ததைக் கூற அவரோ அதை காமராஜரின் கவனத்துக்குக் கொண்டு வந்தார். உடனே தன் அறைக்கு அமைச்சரை வரவழைத்த காமராஜர் 'ராமையா, நமக்கு இந்த பதவி அஞ்சு வருஷம் தான். ஆனா அவங்களுக்கு அப்படியில்ல. அவர்கிட்ட போய் இப்படி கோபத்தை காட்டி பைலை விட்டெறிவது சரியல்ல' என்று சொன்னதும் அமைச்சர் ராமையா ஏதோ சொல்ல முயன்றார். காமராஜரோ 'நீங்க எதுவும் சொல்ல வேண்டாம். முதல் வேலையா நீங்க அவரிடம் போய் வருத்தம் தெரிவிங்க' என்று சொல்லிவிட அமைச்சரும் அவ்வாறே செய்தார்.

தன்னிடம் அதிகம் நெருக்கம் கொண்டிருக்கும் நண்பர்கள், கட்சியின் மற்ற தலைவர்கள், பேச்சாளர்கள் என அதிகாரிகளை யார் அவமதித்தாலும் காமராஜர் பொறுத்துக்கொள்ளமாட்டார். திராவிட முன்னேற்றக் கழக ஆட்சியின்போது சென்னை மெரினா கடற்கரையில் காமராஜர் முன்னிலையில் நடந்த பொதுக்கூட்டத்தில் பேசிய கவிஞர் கண்ணதாசன் அப்போது போலிஸ் கமிஷனராக இருந்த செனாய் அவர்களின் பெயரை குறிப்பிட்டு மந்திரிகளின் மனைவிமார்களுக்கு புடைவைத் துவைக்கப் போவது நல்லது என சற்றே கடுமையாக பேசியதும் கவிஞரின் சட்டையைப் பிடித்து இழுத்த காமராஜர் 'நீ பேசியது போதும். உட்காருன்னேன்' என கூறி அவரைத் தொடர்ந்து பேச விடாமல் இருக்கையில் போய் அமரச் செய்தார்.

அதிகாரிகளை மிக உயர்வாக மதித்து அவர்களிடம் இணக்கமாக இருந்ததைப்போல நாட்டை தாங்கி நிற்கும் தூண்களில் ஒன்றாக மதிக்கப்படும் பத்திரிக்கையையும், அதன் செயல்பாடுகளுக்குக் காரண கர்த்தாவாக இருக்கின்ற செய்தியாளர்களையும் மிகவும் மதித்தார். அவர்களோடு எப்பொழுதும் நெருக்கமான உறவு கொண்டிருந்தார். அவரிடமிருந்து பத்திரிக்கையில் போடுவதற்காக கிடைக்கும் செய்திகள் குறைவாகவே இருக்கும். ஆனால் பத்திரிக்கையில் இதை யெல்லாம் போடக்கூடாது என சொல்லிவிட்டு எல்லா விஷயங் களையும் பற்றி வெளிப்படையாக பத்திரிக்கையாளர்களுடன் கலந்து

ரையாடுவார். எதிர்க்கட்சி பத்திரிக்கையாக இருந்தபோதும் திராவிட நாடு பத்திரிக்கைக்கு அதன் அலுவலகம் சம்பந்தமாக அரசு அதிகாரிகள் பிரச்னை கொடுப்பதை அறிந்து சம்பந்தப்பட்ட அதிகாரிகளை அழைத்துப் பேசித் தீர்த்து வைத்தார். உள்ளூர் விழாக்களானாலும், வெளியூர் சுற்றுப்பயணங்கள் ஆனாலும் பத்திரிக்கையாளர்களை தன்னோடு அழைத்துச் செல்வதில் அவருக்கு அலாதி விருப்பமிருந்தது. சமயங்களில் நிருபர்களைக் கடிந்துகொள்ளும் அதே வேகத்தில் அவர்களோடு இணக்கமாகப் பேசவும் ஆரம்பித்து விடுவார்.

பொது வாழ்வில் தூய்மை, நிர்வாகத்தில் நேர்மை என்பதைத் தாரக மந்திரமாகக் கொண்டு செயல்பட்டு வந்த காமராஜர் தன் பொது வாழ்க்கையிலும்கூட நேர்மையின் அடையாளமாக விளங்கினார். ஹைதராபாத் வங்கியில் ஒன்றரை கோடி ரூபாய் காமராஜர் போட்டு வைத்திருக்கிறார் என ஒரு வதந்தி கிளம்பி எதிர்கட்சியினர் அதை மேடை பிரசாரமாக்கிய போது 'எவனோ எதையோ சொல்றான் விடு! எனக்கு யானைக்கால் வியாதின்னு யாராவது சொன்னா ஒவ்வொருத்தர் கிட்டேயும் நான் போய் என் காலைக் காட்டிக்கிட்டா இருக்க முடியும்?' என்று அசாத்திய துணிச்சலுடன் அவரால் பேசமுடிந்தது. நிஜலிங்கப்பா தன் நூலில் காமராஜர் பற்றி எழுதும்போது காலனா காசுக்கும் கணக்கு காட்டியவர் என குறிப்பிடுகிறார். தான் மதிக்கும் நேர்மைக்குப் பங்கம் வரும் வகையில் செய்யப்படும் செயல்களை அது தனது குடும்பத்துக் கானதாக இருந்தாலும் செய்ய விரும்பமாட்டார்.

இடிந்திருக்கும் தன் வீட்டுச் சுவரை கட்டிக்கொடுக்கும் படி அவர் அம்மா கேட்டபோது 'மந்திரியா போனான்...வீட்டைக் கட்டிக் கிட்டான்னு சொல்வாங்க... அதெல்லாம் இப்ப அவசரமில்லை' என்று கூறி மறுத்துவிட்டார். இன்னொரு சமயம் தன் வீட்டுக்கு அருகில் விலைக்கு வரும் நிலத்தை வாங்கினால் கழிவறை கட்டிக்கொள்ள வசதியாக இருக்கும் என அவர் அம்மா கடிதம் எழுதியபோது அந்த இடத்தை நீ சொன்னபடி நான் வாங்கினால் மற்றவர்கள் என்ன நினைப் பார்கள்? நான் ஏதோ பங்களா வாங்கிவிட்டேன் என சொல்லி எழுத மாட்டாங்களா? எனக்கூறி அவ்விடத்தை வாங்கவேண்டாம் என பதில் அனுப்பினார்.

தான் மட்டுமல்ல தனக்காக மற்றவர்களோ, நண்பர்களோ தன் குடும் பத்தினருக்கு உதவுவதை, சலுகைகள் அளிப்பதை நேர்மையின்மை என்றே காமராஜர் நினைத்தார். 'தெருமுனையிலிருந்த பொதுக்குழாயில் தண்ணீர் பிடிக்கணும். வயசாசில்லப்பா, கூட்டம் அதிகமா இருக்கும் போது முண்டியடிச்சு தண்ணி பிடிக்க முடியல. கால்கடுக்க காத்துக் கிடக்க வேண்டி இருக்கு. இதப்பார்த்து என் மேல் பரிதாபப்பட்டு

வீட்டுக்குள்ளேயே குடிதண்ணீர் குழாய் போட்டுக் கொடுத்தாங்க' என தன் அம்மா சொன்னதைக் கேட்ட காமராஜர், 'இந்தாம்மா உன்னை விட வயசானவங்களும் இந்த தெருவிலே இருக்காங்க. அவங்க மாதிரி தான் நீயும். குழாய்கிழாயெல்லாம் நல்லா இல்ல, வேண்டாம் எடுத்துடச் சொல்லுவேண்டாம்னேன்' எனச் சொல்லி சம்பந்தபட்டவர்களை அழைத்து எடுக்கவும் உத்தரவிட்டார்.

தான் சந்திக்க வந்தபோது காமராஜரின் அம்மா பனை ஓலை விசிறியால் விசிறிக் கொண்டிருப்பதைக் கண்ட வெங்கட்ராமன் ஒரு மின்விசிறியை வாங்கி கொடுத்துவிட்டு போயிருந்தார். சில நாட்கள் கழித்து அங்கு வந்திருந்த காமராஜர் மின்விசிறியை கண்டதும் ஏது என கேட்டார். அவர் அம்மா விபரம் சொன்னார். அதற்கு காமராஜர், என் அம்மா என்ற காரணத்தால் தானே இதை அவர் வாங்கி கொடுத்திருக்கிறார். மற்ற வர்கள் எல்லாம் பனைவிசிறியால் தானே விசிறிக்கொள்கிறார்கள் என்றுகூறி அன்றே அந்த மின்விசிறியை கட்சி அலுவலகத்துக்குக் கொடுத்தனுப்பிவிட்டார்.

காந்தியடிகளின் கொள்கையால் ஈர்க்கப்பட்டு கள்ளுக்கடை மறியலில் ஈடுபட்ட காலம் தொடங்கி தன் கடைசி காலம் வரையிலும் மதுவுக்கு எதிரானவராகவே காமராஜர் இருந்தார். தன்னை நாடி வருபவர்களுக்கு முடிந்தவரையிலும் உதவிகள் செய்து தரும் காமராஜர் மது சார்ந்த விஷயங்களில் உதவி கேட்டு யார் வந்தாலும் அவர்களை விரட்டி யடித்து விடுவார். தலைமைச்செயலகம் செல்வதற்காக தன் காரில் ஏற வந்தவரின் காலில் தன் கைக்குழந்தையுடன் விழுந்த பெண்மணி சாராயம் காய்ச்சி விற்றதற்காக காவல்துறையால் கைது செய்யப் பட்டிருக்கும் தன் கணவனை ஒருமுறை மன்னித்துவிடச் சொல்லும்படி கெஞ்சினார். அவனால் ஒரு குடும்பம் மட்டுமல்ல ஒரு ஊரே கெட்டுப் போகும் எனச் சொல்லி காமராஜர் உதவ மறுத்துவிட்டார். நெருங்கிய நண்பர்களாக இருந்த கண்ணதாசனுக்கும், காமராஜருக்கும்கூட இந்த விஷயத்தில்தான் அடிக்கடி பிரிவு வரும்.

மது அருந்துபவர்கள் காங்கிரசில் உறுப்பினர்களாக இருக்கக்கூடாது என்ற நிபந்தனை இருந்ததால் காமராஜர் கண்ணதாசனை அழைத்து 'கண்ண தாசா, இந்த சனியனை விட்டுத்தொலை. இதுனால உன்னையப் பத்தி தப்பா பேசுறாங்க' என்றார். அதற்கு கண்ணதாசன் மது அருந்துபவர்கள் வழக்கமாகச் சொல்லும் சால்சாப்பு காரணங்களைச் சொன்னதும் காமராஜர் எரிச்சலுடன் 'அட விட்ருப்பா' என்றார். கண்ணதாசனும் விட்டார். மதுவை அல்ல. கட்சி உறுப்பினர் பதவியை! திராவிட முன்னேற்றக் கழக ஆட்சியின்போது மதுக்கடைகள் திறக்கப்பட்டதைக் கண்டித்து காமராஜர் மறியல் போராட்டங்களை நடத்தினார்.

தொட்டதற்கெல்லாம் தன் பதவி, அதிகாரத்தைக் காட்டி மிரட்டும் இன்றைய அரசியல் வியாதிகளுக்கு மத்தியில் முதல்வர் என்ற உச்சத்தில் இருந்தபோதும், தன் கையசைவில் எந்த வேலையையும் முடிக்கக்கூடிய அதிகாரம் தன்னிடம் இருந்தபோதும்கூட காமராஜர் அதை துஷ்பிரயோகம் செய்ததே இல்லை. எதையுமே முறையாகச் செய்யவே விரும்புவார். 1956ல் பெரியாருக்கு மலேசியா, சிங்கப்பூர் நாடுகளிலிருந்து அழைப்பு வந்தது. பர்மா வழியாக அவ்விரு நாடுகளுக்கும் செல்வதற்காக திட்டமிடப்பட்டு பெரியாரோடு நான்கு பேர் செல்வது என்றும் முடிவானது. விசா உள்பட எல்லா வேலைகளும் முறையாக முடிக்கப்பட்ட நிலையில் மறுநாள் காலை ஏழு மணிக்கு புறப்படும் கப்பலில் செல்வதற்காக பயணச்சீட்டு வாங்க சென்றபோது தான் கப்பல் பயணம் செய்ய வேண்டுமானால் மாநில அரசிடமிருந்து நோ அப்ஜெக்ஷன் சான்றிதழ் வாங்கியிருக்கவேண்டும் என்ற விவரம் ஏற்பாட்டாளர்களுக்கு தெரிந்தது.

அப்போதே மணி மாலை ஆறு என்பதால் இரவுக்குள் தலைமைச் செயலாளரிடமிருந்து சான்றிதழ் பெறுவது கடினம் என்ற நிலையில் பெரியாரிடமும் தகவல் சொல்ல முடியாத சிரமத்தில் இருந்த ஏற்பாட்டாளர்களிடம் மணியம்மை அம்மையார் முதலமைச்சர் காமராஜரை போய் சந்தித்து பேசுங்கள். அவர் வேண்டிய ஏற்பாடுகளை செய்வார் என ஆலோசனை கூறினார். அவர்களும் இரவு எட்டு மணிக்கு காமராஜரை அவருடைய வீட்டில் சந்தித்து விவரம் கூறினார்கள், நாளை காலை கோட்டைக்கு வந்து விடுங்கள். பத்து மணிக்கு சான்றிதழ் தரச் சொல்கிறேன் என கூறிய காமராஜரிடம் காலை ஏழு மணிக்கே கப்பல் புறப்பட்டு விடும் என ஏற்பாட்டாளர்கள் சொன்னார்கள். காமராஜர் நினைத்திருந்தால் அப்பவே சம்பந்தப்பட்ட அதிகாரிகளை வீட்டுக்கே வரவழைத்து சான்றிதழை கொடுத்திருக்க முடியும். முதல்வராக இருக்கும் தானே தன்னுடைய அதிகாரத்தை துஷ்பிரயோகம் செய்து நெறிமுறைக்கு மாறாக நடக்க கூடாது என நினைத்தவர் அந்த கப்பலின் உரிமையாளரான சதக் தம்பி மரைக்காயரிடம் பேசி காலை ஏழு மணிக்கு புறப்பட வேண்டிய கப்பலை மதியம் இரண்டு மணிக்குப் புறப்படச் சொல்லும்படி கேட்டு மாற்று ஏற்பாட்டை செய்துகொடுத்தார்.

அதேபோல, அகில இந்திய காங்கிரஸ் கட்சியின் தலைவராக காமராஜர் இருந்த சமயம் அவருடைய உடன்பிறந்த தங்கையின் மகள் வயிற்றுப் பிள்ளையும், உறவு முறையில் தன் பேரனுமான கனகவேல் மருத்துவப் படிப்புக்கான நேர்முகத் தேர்வை முடித்த கையோடு வந்து 'தாத்தா! எனக்காக முதலமைச்சரிடம் ஒரு வார்த்தை நீங்கள் சொன்னால் எனக்கு சீட் கட்டாயம் கிடைத்துவிடும். அதனால் பட்டியலை இறுதி செய் வதற்குள் சொல்லுங்கள்' என கேட்டபோது 'டாக்டர், எஞ்சினியர்

படிப்புக்கெல்லாம் அரசாங்கம் ஒரு கமிட்டி போட்டிருக்கு. அவங்க தேர்ந்தெடுக்கிறவங்களுக்குதான் அங்கு இடம் கிடைக்கும். எல்லோருக்கும் பொதுவா செலக்ஷன் கமிட்டியைப் போட்டுட்டு அப்புறம் சிபாரிசுன்னு போனா அந்த கமிட்டியை போடவேண்டியதே இல்லையே' என்று கூறி சிபாரிசு செய்ய மறுத்து விட்டார்.

மதுரை நகராட்சியில் சத்தியமூர்த்தியின் சிலை வைக்க பாஷ்யம் என்றழைக்கப்பட்ட ஓவியர் ஆர்யாவிடம் ஆர்டர் கொடுத்திருந்தார். அந்த வேலையை ஆரம்பிக்க அவர் கையில் பணமில்லாததால் காம ராஜரிடம் சொல்லி நகராட்சியில் இருந்து முன்பணம் வாங்கித் தரச் சொல்லி கேட்டார். 'அது சரியில்லை. நீ செய்து முடித்த பிறகு பணத்தை வாங்கிக் கொள்' என காமராஜர் சொல்லி விட்டார். நீங்கள் நினைத்தால் செய்யமுடியும் எனக்கூறி சிபாரிசு செய்து தனக்கு முன் பணம் வாங்கித் தரும்படி பாஷ்யம் தொடர்ந்து வற்புறுத்திக் கொண்டே இருக்க கோபம் கொண்ட காமராஜர் 'வெளியே போறியா இல்லியா?' என கூறி சப்தம் போட்டு அவரை விரட்ட ஆரம்பித்தார்.

தன் கட்சியில் இருக்கு இரண்டாம் நிலை தலைவர்களையும், பேச்சாளர்களையும் கொம்பு சீவி விட்டு எதிர்க்கட்சித் தலைவர்களை விமர்சிக்க வைத்து ரசிக்கும் அரசியல் அநாகரிகத்தைத் தன் வாழ்நாளில் ஒருமுறைகூட காமராஜர் செய்யவில்லை. அப்படிச் செய்பவர்களை வன்மையாகக் கண்டித்தார். சட்டமன்றத்தில் விலைவாசி உயர்வு பற்றி சூடான விவாதம் நடந்தபோது 'காமராஜருக்கு குடும்பம் இல்லை. அதனால் அவருக்கு விலைவாசி உயர்வு பற்றி தெரியாது' என திராவிட முன்னேற்றக் கழக உறுப்பினர் ஒருவர் பேசிய பேச்சுக்குப் பதிலடியாக காங்கிரஸ் கட்சி உறுப்பினர் 'அண்ணாவுக்கு குடும்பம் இருக்கிறது. ஆனால் குழந்தை குட்டி இல்லையே' என்று பேசினார். உடனே காமராஜர் எழுந்து அந்த உறுப்பினரை கண்டித்ததோடு அவரைத் தொடர்ந்து பேசாமல் உட்காரும்படி கூறினார். தன்னை பற்றி எதிர் கட்சிகள் மேடைகளில் தரக்குறைவாக பேசுவதைப் பற்றி கட்சிக் காரர்கள் கூறியபோது 'ஆளுங்கட்சிக்கு அரசாங்க வேலை. எதிர் கட்சிக்கு என்ன வேலை? நம்மை பற்றி பேசவது தானே அவனுக்கு பிழைப்பு. அதுல ஏன் மண்ண அள்ளி போடுறே?' என சொல்லி அமைதியாக போகச் சொல்லி விடுவார்.

காமராஜருக்குப் புகை பிடிக்கும் பழக்கம் இருந்தது அவருடைய மிக நெருங்கிய நண்பர்களுக்கு மட்டுமே தெரியும். பொது இடங்களிலோ, தனக்கு மிக, மிக நெருக்கமானவர்கள் இல்லாத சமயங்களிலோ அவர் புகைபிடிக்க மாட்டார். ஒருநாள் வழக்கமான உடல் பரிசோதனைக்கு சென்றபோது அவர் டாக்டர், இப்போது பிடிக்கும் சிகரெட் அளவில்

ஒன்றை குறைத்துக் கொள்ள முடியுமா? என கேட்டார். டாக்டர் இப்படிச் சொல்வதற்கு ஏதாவது காரணமிருக்கவேண்டும் என யோசித்த காமராஜர் ஒன்றை குறைப்பதற்கு பதில் அந்த பழக்கத்தையே விட்டு விட்டால் என்ன என்று யோசித்தார். தனது சட்டைப் பையிலிருந்த சிகரெட் பாக்கெட்டை எடுத்து எதிரில் இருந்த டிரேயின் மீது வைத்து விட்டு வழக்கம் போல தன்னுடைய வேலைகளில் ஈடுபட்டார். மூன்று நாட்கள் சென்ற பின் தன் உதவியாளரிடம் டிரேயின் மீது இருந்த சிகரெட் பாக்கெட்டை எடுத்துவிடச் சொன்னார். அன்றிலிருந்து தன்னிடமிருந்த அந்தப் பழக்கத்தையும் எடுத்துவிட்டார். இந்த வைராக்கிய செயல்பாடு தான் ஆரம்ப காலத்தில் சாதாரணத் தொண்டராக இருந்த சமயத்திலேயே சத்தியமூர்த்திக்கு காமராஜர் மீது நம்பிக்கையைக் கொடுத்தது.

நியாயம் உடனே கிடைக்கவேண்டும் என நினைக்கும் காமராஜர் அதைப்போலவே எல்லாக் காரியங்களும் சரியான நேரத்தில் செய்யப் படவேண்டும் என்றும் நினைப்பார். காலதாமதம் என்பதை ஒருபோதும் அவர் ஒப்புக்கொள்வதில்லை. சென்னையில் நடந்த பொதுக் கூட்டத்துக்கு நடிகர் சிவாஜி கணேசனால் குறிப்பிட்ட நேரத்துக்கு வர முடியவில்லை. அந்தக்கூட்டத்தில் காமராஜரும் கலந்து கொண்டிருந் தார். கூட்டம் நடைபெறத் தொடங்கி பாதி நேரம் சென்றிருந்தபோது சிவாஜி கணேசன் கூட்டத்துக்கு வந்ததும் அவருடைய ரசிகர்கள் கை தட்டி ஆரவாரம் செய்தனர். இதை மேடையிலிருந்து கவனித்த காமராஜர் சிவாஜி கணேசனை அருகில் அழைத்து 'நீங்கள் கூட்டத்துக்கு வருவதாக இருந்தால் முதலிலேயே வந்துவிடுங்கள். அல்லது கூட்டம் முடிந்த பின் வாருங்கள். இடையில் இப்படி வருவதை நிறுத்தி விடுங்கள்' என்றார். இப்படி சரியென தன் மனதில் பட்டதை வெளிப் படையாகச் சொல்லும் துணிச்சல் காமராஜரிடம் இருந்தது.

1954 தொடங்கி 1963 வரை தமிழ்நாட்டின் முதலமைச்சராகப் பதவியில் இருந்த காலத்தில் அவர் செய்த சாதனைகளைக் கண்டு இந்தியாவே அசந்துபோனது. பல விஷயங்களுக்கும் முன்னுதாரணமான மாநில மாக தன் ஆட்சியில் தமிழகத்தை மாற்றிக்காட்டியவர் அதன்பின் செய்த விஷயங்களைக் கண்டு இந்தியா மட்டுமல்ல உலகமே ஆச்சரிய மடைந்தது.

16

கே பிளான்

1949ம் ஆண்டில் திராவிட முன்னேற்றக் கழகம் தோன்றினாலும் 1952
ம் ஆண்டு நடைபெற்ற பொதுத்தேர்தலில் போட்டியிடவில்லை.
ஆனால் கட்சியைத் தொடர்ந்து வலுப்படுத்துவதற்கான அமைப்பு
ரீதியான செயல்பாடுகளைச் செய்து வந்த அறிஞர் அண்ணா 1957ல் நடை
பெற இருக்கும் பொதுத்தேர்தலில் தன் கட்சியின் சார்பில் வேட்பாளர்
களைக் களமிறக்குவார் என்ற எதிர்பார்ப்பு தமிழகம் முழுக்க இருந்து
வந்தது. அதன்படியே 1957ல் களமிறங்கிய திராவிட முன்னேற்றக்
கழகம் பதினைந்து சட்டமன்றத் தொகுதிகளைக் கைப்பற்றியது.
காங்கிரஸ் ஆளும் கட்சியாக இருந்த நிலையில் 1959ல் மதுரை, கோவை,
திருச்சி ஆகிய நகராட்சிகளையும், சென்னை மாநகராட்சியையும்
கைப்பற்றியது. அக்கட்சியின் அசுர வளர்ச்சி காங்கிரஸ் கட்சிக்குப்
பெரும் சவாலாக இருக்கும் என பலரும் நினைத்தனர். தமிழ்நாடு
காங்கிரஸ் கட்சித் தலைவர்களுக்கு அந்த எண்ணம் அதிகமாகவே
இருந்தது. போதாக்குறைக்கு சுதந்திரா கட்சி என்ற தனிக் கட்சியைத்
தொடங்கி காங்கிரசின் கொள்கைகளைக் கடுமையாகச் சாடி வந்த
ராஜாஜி 1962 ம் வருடம் நடந்த தேர்தலில் யாரும் எதிர்பாராத வகையில்
திராவிட முன்னேற்றக் கழகத்துடன் கூட்டணி அமைத்தார்.

இந்தத் தேர்தலில் திராவிட முன்னேற்றக் கழகம் ஐம்பது இடங்களைக்
கைப்பற்றியது. காங்கிரஸ் 136 இடங்களைக் கைப்பற்றியது, மந்திரி
சபை அமைக்கும் அளவுக்கு காங்கிரஸ் கட்சி பெரும்பான்மை பெற்றி
ருந்தபோதும் கடந்த தேர்தலில் கிடைத்த இடங்களைவிட பதிமூன்று
இடங்களைக் குறைவாகப் பெற்றிருந்தது. மந்திரிசபை அமைப்பதில்
மற்ற காங்கிரஸ் தலைவர்கள் முனைப்பாக இருக்க காமராஜரோ ஏன்
பதிமூன்று இடங்கள் பறிபோனது என்று யோசித்துக்கொண்டிருந்தார்.
அதற்கான காரணங்களைத் தேடுவதிலேயே அவர் எண்ணம் முழுவதும்
இருந்தது. இப்படியான நிலையில் 1963ம் ஆண்டு நடந்த திருவண்ணா
மலை தொகுதி இடைத்தேர்தலில் ஆளுங்கட்சியாக இருந்த காங்கிரஸ்

கட்சி தோல்வியடைந்தது. இது காமராஜருக்கு மிகப்பெரிய அதிர்ச் சியைக் கொடுத்தது. எத்தனையோ உன்னதத் திட்டங்களை கொடுத் திருந்தபோதும் மக்கள் ஒதுக்க ஆரம்பித்துவிட்டார்களே என கவலைப் பட்டார். இப்படியே போனால் காங்கிரஸின் எதிர்காலம் மங்க ஆரம் பித்துவிட்டது என அண்ணா சொல்வது உண்மையாகிவிடக்கூடும் என பெரிதும் கலங்கினார்.

தமிழ்நாட்டில் நிலைமை இப்படி இருக்க பாரதப்பிரதமராக இருந்த நேருவின் சொந்த மாநிலமான உத்தரப் பிரதேசத்திலும், காந்தியடி களின் சொந்த மாநிலமான குஜராத்திலும் காங்கிரஸ் படுதோல்வி யடைந்ததால் தலைவர்கள் பெரும் அதிர்ச்சிக்குள்ளாகினர். அதன் எதிரொலி மற்ற எல்லா மாநிலங்களிலும் பிரதிபலித்தது.

கட்சிக்கான கட்டுப்பாடுகள் மெல்ல தளர்ந்து போயிருந்ததும், பஞ்சாயத்து சபை தொடங்கி மந்திரி பதவி வரை அதிகாரம் பெற்று வலம் வரவேண்டும் என்ற பதவி ஆசையும் காங்கிரஸ் கட்சிக்குள் கோஷ்டிகளை உருவாக்கியிருந்தது. கட்சியிலிருந்த தலைவர்களிடையே யார் பலமானவர் என்பதில் தொடங்கிய போட்டி யாரைப் பலவீனப்படுத்து வது என்பதில் வந்து நின்றது. காங்கிரஸின் அஸ்திவாரம் மெல்ல ஆட்டம் காண ஆரம்பித்தது. இந்த நிலை மாறினால் மட்டுமே கட்சி எழுச்சி பெற்று முன்புபோல் மக்கள் மத்தியில் நிலைபெற முடியும் என காமராஜர் நினைத்தார். அதற்காக கட்சியில் முதல் மந்திரி போன்ற பதவியில் இருப்ப வர்கள் தங்களின் பதவியை ராஜினாமா செய்துவிட்டுக் கட்சிப் பணிக்குத் திரும்ப வேண்டும். அவர்கள் அந்தந்த பகுதிகளில் தங்கியிருந்து கட்சியைப் பலப்படுத்தும் பணியை மேற்கொள்ள வேண்டும் என்று நினைத்து அதற்கான ஒரு திட்டத்தை வகுத்தார். தன்னுடைய திட்டம் பற்றி 1963ம் ஆண்டு ஹைதராபாத்தில் நேருவைச் சந்தித்து கூறினார். கட்சிக்குள் நிலவி வந்த உள்கட்சி பிரச்னைகள் மற்றும் தேர்தல் தோல் விகளால் மனம் துவண்டிருந்த நேருவும் அது பற்றி விரிவாக காம ராஜரிடம் பேசினார். தன் திட்டத்துக்கு முன்னுதாரணமாகத் தன் முதல்வர் பதவியை ராஜினாமா செய்துவிட்டுக் கட்சிப்பணிக்கு வரப்போவதாக காமராஜர் அறிவித்தபோது நேரு அசந்து போனார்.

கட்சிக்கு உயிரூட்டும் காமராஜரின் திட்டம் நேருவுக்கு நம்பிக்கை தந்தது. காமராஜரின் பெயராலயே அந்தத் திட்டத்துக்கு 'கே பிளான்' என்று பெயர் சூட்டினார். அந்தத் திட்டம் பற்றியும், அதனால் ஏற்படும் நன்மைகள் பற்றியும் அகில இந்திய காங்கிரஸ் கட்சிக் கூட்டத்தில் காமராஜர் விளக்கிச் சொல்லியிருந்த நிலையில் 1963ம் ஆண்டு ஆகஸ்ட் பத்தாம் தேதி கூடிய காங்கிரஸ் காரியக் கமிட்டி கூட்டத்தில் அதை நேரு விவாதத் துக்குக் கொண்டு வந்தார். ஆனால் காமராஜர் திட்டத்தின் நோக்கத்தை

சரியாகப் புரிந்து கொள்ளாமல் பலரும் நேருவை குறை சொல்வதிலேயே குறியாக இருந்தனர். ஆகஸ்ட் 13ம் தேதி ஆச்சாரியா கிருபளானி மூலம் நம்பிக்கை இல்லாத் தீர்மானத்தைக் கொண்டுவந்தனர். அப்போது பேசிய கிருபளானி நல்ல தலைமை இருந்தும் நாடு முன்னேறவில்லை என்றும், ஐந்தாண்டு திட்டங்கள் எதிர்பார்த்த பலனை தரவில்லை என்றும், சீனா உள்ளிட்ட அந்நிய நாடுகளின் அச்சுறுத்தலை எதிர்கொள்ள நவீன ஆயுதங்கள் இல்லை என்றும் நேருமீது குற்றம்சாட்டி பேசினார்.

எச்.வி.காமத் பேசியபோது ஆங்கில ஏகாதிபத்தியத்தை எதிர்த்துப் போரிட்ட நேருவால் சீன ஆக்கிரமிப்பை எதிர்கொள்ள முடியவில்லை. அதோடு காந்தியடிகள் ராமராஜ்ஜியம் பற்றி கூறினார். நேருவோ காமராஜ் திட்டம் பற்றிக் கூறுகிறார். காங்கிரசையே கலைத்து விடலாம் என்று காமத் குறிப்பிட்டார். விவாதத்தின்மீது பேசியவர்களின் குற்றச் சாட்டுகளை ஏற்றுக் கொண்டதோடு அவர்கள் சொன்ன யோசனை களுக்கும் நன்றி கூறி விவாதத்துக்குப் பதிலளித்து நேரு பேசிய பின் நம்பிக்கையில்லாத் தீர்மானம் வாக்கெடுப்புக்கு விடப்பட்டது. ஆதரவாக 61 வாக்குகளும், எதிராக 346 வாக்குகளும் கிடைத்தன.

வழக்கமாக காமராஜரை எதிர்க்கும் ராஜாஜி இந்தத் திட்டத்தையும் எதிர்த்தார். அவருக்கு ஆதரவாக இருந்த ஜெயப்பிரகாஷ் நாராயணன், காட்கில் போன்றவர்களைப் பதவி விலகச் செய்வதைக் கண்டித்து நேருவின்மீது குறைகளைச் சொன்னார். காங்கிரஸ் காரியக் கமிட்டியில் ஏகமனதாக ஏற்றுக்கொள்ளப்பட்ட காமராஜரின் திட்டத்தின்படி முதல் மந்திரிகள், மத்திய மந்திரிகள், மந்திரிகள் ஆகியோரின் ராஜினாமா கடிதங்கள் நேருவிடம் கொடுக்கப்பட்டன. ஏற்கப்பட்ட கடிதங் களுக்குச் சொந்தக்காரர்கள் பதவி விலகவேண்டும். நேருவும் தன் பதவியை இத்திட்டத்தின் கீழ் ராஜினாமா செய்யப்போவதாக அறிவிக்க, பதறிப்போன காமராஜர் பிரதமராக நேரு தொடர வேண்டிய அவசியத்தை எடுத்துக்கூறியதோடு மீறி ராஜினாமா செய்தால் தனது திட்டத்தையே கைவிடப்போவதாகவும் அறிவித்தார். இதனால் நேரு தன் முடிவை மாற்றிக்கொண்டார்.

1954ல் தான் பதவியேற்றபோது தமிழகத்தின் ஆண்டு வருமானமாக இருந்த 43 கோடியை பதவி விலகியபோது 134 கோடிக்கு உயர்த் தியிருந்த காமராஜர் 1963 அக்டோபர் 2 அன்று முதல் நபராக முதல்வர் பதவியிலிருந்து விலகினார். மொரார்ஜி தேசாய், லால் பகதூர் சாஸ்திரி, ஜெகஜீவன் ராம், பட்நாயக், கோபால் ரெட்டி உள்ளிட்டவர்கள் மத்திய அமைச்சரவையிலிருந்தும், பி.என்.ஷா, பக்ஷி குலாம் முகம்மது அலி உள்ளிட்டவர்கள் மாநில முதல்வர் பொறுப்பிலிருந்தும் விலகினார்கள். ஆறு முதல் மந்திரிகள், ஆறு காபினெட் அமைச்சர்கள் என

மொத்தம் 12 பேர் ராஜினாமா செய்தனர். இதுவரை எங்கும் நடந்திராத இந்த அதிசயத்தை உலகமே கண்டு வியந்தது. காமராஜரின் திட்டம் எதிர்பார்த்த பலனைக் கொடுத்தது. அதன்மூலம் கட்சி புத்துணர்வு பெற ஆரம்பித்தது. 'கே பிளான் காங்கிரஸ் கட்சிக்குள்ளும், இந்தத் தேசத்திலும் ஒரு புரட்சியையே உண்டு பண்ணிவிட்டது' என்று நேரு புகழ்ந்தார்.

17

மாநிலத்தில் இருந்து இந்தியாவுக்கு

1931 தொடங்கி அகில இந்திய காங்கிரஸ் கட்சியின் விவகாரங்களில் பங்கு கொள்ள ஆரம்பித்த காலம்முதல் மேல்மட்டத் தலைவர்களிடம் காமராஜரின் செல்வாக்கு நாளுக்கு நாள் வளர்ந்து கொண்டே இருந்தது. அகில இந்திய காங்கிரஸ் கமிட்டிக்கு பிரதிநிதியாக செல்லும் பெருமை எஸ்.சீனிவாச ஐயங்கார், ராஜாஜி ஆகியோருக்கு அடுத்து காமராஜருக்கு தான் கிடைத்தது. நேருவின்மீதும், அவர் ஆட்சியின்மீதும் அசைக்க முடியாத நம்பிக்கை கொண்டிருந்த காமராஜர் அவருக்குப் பக்கபலமாக பலநேரங்களில் நின்று செயல்பட்டு வந்தார்.

ராஜாஜி முதல்வராக இருந்தபோது அவருக்கு ஒத்துப் போகக்கூடிய ஒருவரே கட்சியின் தலைவராகவும் இருக்கவேண்டும். அப்போதுதான் நிர்வாகமும், செயல்பாடுகளும் சிறப்பாகவும் சிக்கலின்றியும் அமையும் என நினைத்து சுப்பராயனை தமிழ்நாடு காங்கிரஸ் கட்சியின் தலைவராக்கிய காமராஜர் இதே மனநிலையோடு தேசிய அரசியலையும் நோக்கினார்.

அகில இந்திய காங்கிரஸ் கட்சியின் தலைவராக இருப்பவர் நேருவுடன் ஒத்துழைப்பவராக இருந்தால் மட்டுமே அவரால் சிறப்பாகவும் சுதந்தர மாகவும் செயல்படமுடியும் என காமராஜர் நினைத்தார். அப்போது தலைவர் தேர்தலுக்கான வேட்பாளராகக் களத்திலிருந்த புருஷோத்தம தாஸ் தாண்டன் எப்போதும் நேருவை விமர்சனம் செய்பவராக இருந்த தால் அவருக்கு எதிராகக் களத்தில் நின்ற டாக்டர். பட்டாபி சீதாரா மய்யாவை வெற்றி பெற வைக்க காமராஜர் முடிவு செய்தார். அதற்கு முன் இதே தலைமை பதவிக்கு அவர் போட்டியிட்டு தோற்க அதை பட்டா பியின் தோல்வி என் தோல்வி என்று காந்தியடிகள் குறிப்பிட்டிருந்தார்.

1947ல் காந்தியடிகள் கொல்லப்பட்டபின் நடந்த இந்தத் தேர்தலுக்காக காமராஜர் கடுமையாக உழைத்தார். தென் இந்தியாவில் பட்டாபி சீதாராமய்யாவின் வெற்றிக்கு ஆதரவு திரட்டத் தொடங்கினார். தமிழ்

நாட்டில் தனக்கு இருந்த செல்வாக்குமூலம் பெரிய ஆதரவைப் பெற்றுக் கொடுத்ததால் அவர் தலைவராகத் தேர்வு செய்யப்பட்டார். பட்டாபி சீதாராமய்யாவுக்கு அவருடைய ஆந்திராவிலேயே பெரிய ஆதரவு கிடைத்திராத நிலையில் தமிழ்நாட்டு ஆதரவால் கிடைத்த அவர் வெற்றியையும், காமராஜருக்கு இருந்த தனிப்பட்ட செல்வாக்கையும் கண்டு நேருவே வியந்து போனார்.

இந்தத் தேர்தலில் தாண்டனின் ஆதரவாளராக இருந்த சர்தார் வல்லப பாய் படேலுக்கு காமராஜரின் இந்த முயற்சி பிடிக்கவில்லை. காம ராஜரைப் பார்த்து உங்களுக்கு என் மேல் என்ன கோபம்? என்று கேட்டார். உங்கள்மீது எனக்கு என்ன கோபம் இருக்கமுடியும்? என்று காமராஜர் கேட்டதும் பின் ஏன் பட்டாபி வெற்றிக்கு பாடுபட்டீர்கள் என்று படேல் கேட்டார். தமிழ்நாட்டில் அவருக்கு ஆதரவு இருந்தது. அதனால் அவர் வெற்றி பெற்றார் என்றார் காமராஜர்.

அதன்பின் 1949 ல் அகில இந்திய காங்கிரஸ் காரியக்கமிட்டி உறுப் பினராக காமராஜர் நியமனம் செய்யப்பட்டார். 1950 ல் காங்கிரஸ் கட்சியின் மாநாடு நாசிக்கில் நடைபெற்றது. அந்த மாநாடு நடைபெற்ற போதே அகில இந்திய காங்கிரஸ் கட்சியின் தலைவர் தேர்தலும் நடை பெற்றது. இம்முறை புருஷோத்தமதாஸ் தாண்டனுடன் ஆச்சாரியா கிருபாளானி, சங்கரராவ் தேவ் ஆகியோரும் களத்தில் நின்றனர். இந்த மும்முனைப் போட்டியில் தாண்டன் வெற்றி பெற்று தலைவரானார்.

காமராஜர் ஆரம்பத்தில் நினைத்தது போலவே நேருவுக்கும் தாண்டனுக்கும் இடையே பனிப்போர் ஆரம்பமானது. எதற்கெடுத் தாலும் நேருவைக் கடுமையாக விமர்சனம் செய்து வந்த தாண்டன் அவருக்குப் பிடிக்காத வகையில் காரியக் கமிட்டியை அமைத்தார். நேருவின் செயல்பாடுகளுக்கு ஒத்துழைப்பு அளிக்க மறுத்தார். தனக்குத் திருப்தி தராத காரியக் கமிட்டியை மாற்றியமைக்க நேரு கேட்டுக் கொண்டபோதும் அதற்கு அவர் சம்மதிக்கவில்லை. இதனால் வெறுத் துப்போன நேரு காரியக் கமிட்டியிலிருந்து விலகினார்.1948ல் காமராஜர் ஏன் பட்டாபிக்காக கடுமையாக உழைத்தார் என்பது இப்போதுதான் மற்ற தலைவர்களுக்குப் புரிய ஆரம்பித்தது. அன்று காமராஜர் எது நடக்ககூடாது என நினைத்தாரோ அது இப்போது நடந்திருந்தது.

1951 செப்டெம்பரில் காங்கிரஸ் கமிட்டியின் கூட்டம் நடைபெறுவதற்கு முன்பே நேரு ராஜினாமா செய்திருந்தார். காந்தியடிகளால் தன்னுடைய வாரிசு என அறிவிக்கப்பட்டிருந்த நேரு இல்லையென்றால் நாட்டின் வளர்ச்சி தடைபட்டுவிடும் என நினைத்த காமராஜர் மீண்டும் நேருவுக்கு ஆதரவு திரட்டும் வேலையில் இறங்கினார். காமராஜரின்

முயற்சிக்கு ஆதரவு அளித்த பல தலைவர்களால் நேருவின் கை ஓங்கியது. தமிழ்நாடு உள்பட பல்வேறு மாநிலங்களில் தனக்காக காமராஜர் திரட்டிய ஆதரவைக் கண்டு நேரு மகிழ்ந்தார்.

நேருவின் பலம் கட்சியில் அதிகமாகி இருப்பதை உணர்ந்த தாண்டன், நேரு காரியக்கமிட்டியை மாற்றியமைக்கச் சொல்கிறார். அதற்கு அவர் கூறும் காரணத்தை என்னால் ஏற்க முடியாது எனக்கூறி தன் பதவியைக் கூட்டம் நடைபெறுவதற்கு முன்பாகவே ராஜினாமா செய்தார். அதன்பின் நடந்த அகில இந்திய காங்கிரஸ் காரியக்கமிட்டி கூட்டத்தில் தாண்டனின் ராஜினாமா ஏற்கப்பட்டதோடு நேருவே தலைவராகவும் தேர்ந்தெடுக்கப்பட்டார். அதனையடுத்து 1955 ம் ஆண்டு ஆவடியில் காமராஜர் மேற்பார்வையில் நடந்த காங்கிரஸ் மாநாட்டுக்குப் பின் நேருவுக்கு காமராஜர் மீது இருந்த மதிப்பு முன்னிலும் பல மடங் காகியது. வரலாற்றுச் சிறப்புமிக்க அம்மாநாட்டில் வைத்துதான் மாதிரி சோஷலிச சமுதாயத்தை அமைக்க தீர்மானம் நிறைவேற்றப்பட்டது. இம்மாநாட்டைச் சிறப்பாக நடத்திக்காட்டிய காமராஜருக்கு நன்றி தெரிவித்துப் பேசிய நேரு அவருடைய செயல்பாடுகளையும், அவருக்குத் தமிழக மக்களிடத்தில் இருக்கும் தனிப்பட்ட செல்வாக் கையும் கண்டு வியப்பதாக குறிப்பிட்டார். காமராஜருக்காக அது வரையிலும் தான் கொண்டிருந்த கொள்கையை நேரு விட்டுக் கொடுத்தார்.

காமராஜர் முதல்வராக இருந்த சமயம் சென்னை மாநகராட்சியை திராவிட முன்னேற்றக் கழகம் கைப்பற்றியது. அறிஞர் அண்ணாவின் ஆலோசனைப்படி மாநகராட்சி சார்பில் அண்ணாசாலையில் ராஜாஜி மண்டபத்துக்கு அருகில் காமராஜரின் முழு உருவ வெண்கலசிலை நிறுவப்பட்டு 1961ம் ஆண்டு அக்டோபர் 9ம் தேதி திறக்க முடிவெடுக்கப் பட்டது. சிலையைத் திறந்து வைக்க நேருவை அழைத்தார்கள். உயிருடன் இருப்பவர்களுக்குச் சிலை திறப்பது பொருத்தமானதல்ல என்பதைத் தன் கொள்கையாகக் கொண்டிருந்ததால் முதலில் நேரு மறுத்தார். அதன்பின் தன் சகா காமராஜருக்காக வருகிறேன் என சொல்லி சிலை திறப்பு விழாவுக்கு வந்தவர் அவருடைய தலை மையையும் புகழ்ந்து பேசினார்.

இந்தநிலையில் அகில இந்திய காங்கிரஸ் கட்சியின் தலைவராக இருந்த சஞ்சீவய்யாவுக்குப் பிறகு யார் வருவார்கள் என்பது பற்றிப் பல்வேறு கருத்துகள் உலவி வந்தன. பத்திரிக்கைகளும் தன் பங்குக்கு தங்களின் சந்தேகங்களைத் தகவல்களாக வெளியிட்டுக் கொண்டிருந்தன. ஒரு முறை திருப்பதிக்குச் சென்றிருந்த நிஜலிங்கப்பா, காமராஜர், சஞ்சீவ ரெட்டி, அதுல்யகோஷ் ஆகிய நால்வரும் கூடி இதுபற்றி ஆலோசனை

102

நடத்தினார்கள். காமராஜருக்கு லால்பகதூர் சாஸ்திரியைக் கொண்டு வர விருப்பமிருந்தபோதும் அதற்கு சாஸ்திரி சம்மதிக்கவில்லை. அதே நேரம் போட்டியின்றி ஒருவரை தேர்ந்தெடுக்க வேண்டிய கட்டாயமும் இருந்தது. நேருவுக்கோ காமராஜரை அந்தப் பதவியில் உட்கார வைத்துப் பார்க்கவேண்டும் என்ற விருப்பம் ஆரம்பத்தில் இருந்தே இருந்தது.

தன்னுடைய திட்டம் பற்றிப் பேசுவதற்காக முன்பு ஹைதராபாத்தில் தன்னை காமராஜர் சந்தித்த போதே நீங்கள்தான் அகில இந்திய காங் கிரஸ் கட்சித் தலைவராக அடுத்து வரவேண்டும் என நேரு கூறினார். அதற்கு காமராஜர் 'தமிழ்நாட்டில் கட்சி வேலைகள் இன்னும் நிறைய செய்ய வேண்டியிருக்கிறது. முதல்வர் பதவியை ராஜினாமா செய்ததே அதற்குத் தான்! அகில இந்தியத் தலைவர் என்ற பெரிய பாரத்தை என் மீது வைக்காதீர்கள்' என்று சொல்லி மறுத்து விட்டார். ஆனால் அப்பொழுது நேரு எதுவும் சொல்லாமல் இருந்தபோதும் அதற்கான சந்தர்ப்பம் வந்தபோது காமராஜரை மட்டுமே அப்பதவிக்குத் தகுதியான வராக நினைத்தார்.

1963ம் ஆண்டு அக்டோபர் மாதம் ஒன்பதாம் நாள் டெல்லியில் கூடிய காங்கிரஸ் காரியக் கமிட்டி கூட்டத்தில் நேரு தன்னுடைய விருப்பத்தை வெளியிட அதன்படியே காமராஜரை அகில இந்திய காங்கிரஸ் தலைவ ராகத் தேர்ந்தெடுக்க முடிவு செய்யப்பட்டது. இந்த விஷயம் காம ராஜருக்கே தெரியாது. அப்போது பகல் உணவுக்காக நேருவின் வீட்டில் நடந்த கூட்டத்தில் கலந்துகொண்டுவிட்டு மெட்ராஸ் ஹவுசுக்கு அவர் திரும்பி இருந்தார். அதே ஆண்டு நவம்பர் மாதம் மூன்றாம் மற்றும் நான்காம் தேதிகளில் ஜெய்ப்பூரில் சஞ்சீவய்யா தலைமையில் கூடிய காங்கிரஸ் கூட்டத்தில் காமராஜரின் திட்டம் பற்றி விவாதிக்கப்பட்டது. நேரு அத்திட்டம் பெரும் புரட்சியையும், மகத்தான திருப்பத்தையும் உண்டு பண்ணியிருக்கிறது என்று கூறியதோடு அகில இந்திய காங்கிரஸ் கட்சியின் தலைவர் பதவிக்குத் தகுதியானவர் நம் காமராஜ் தான் என்பதையும் பெருமை பொங்க குறிப்பிட்டார். அக்கூட்டத்தி லேயே புதிய தலைவராக காமராஜர் தேர்வு செய்யப்பட்டதற்கான ஒப்புதலும் பெறப்பட்டது. காங்கிரஸ் கட்சி எடுத்த வரலாற்றுச் சிறப்பு மிக்க இந்தத் தலைமைத் தேர்வு தமிழர்களை மகிழ்ச்சிக் கடலில் ஆழ்த்தியது. சேலம் விஜயராகவாச்சாரி, சீனிவாச ஐயங்கார் ஆகியோருக்குப் பிறகு அகில இந்திய காங்கிரஸ் கட்சியின் தலைவராக இந்தியாவின் தென்கோடியில் உள்ள குக்கிராமத்தில் பிறந்த காமராஜர் தேர்வு செய்யப்பட்டார். சாதாரண காங்கிரஸ் தொண்டனாக தொடங்கி எந்தவித அரசியல் பின்புலமும் இல்லாமல் அந்தக் கட்சியின் அகில இந்திய தலைவராக அவர் வளர்ந்து நின்றார்.

1926ல் கௌஹாத்தியில் நடைபெற்ற காங்கிரஸ் மாநாட்டின் தலை வராக தமிழ்நாட்டின் எஸ்.சீனிவாச ஐயங்கார் இருந்தார். அதற்கடுத்து 1963ம் ஆண்டு ஜனவரி மாதம் ஐந்தாம் தேதி ஒரிஸ்ஸா மாநிலத்தின் தலைநகரான புவனேஸ்வரத்தில் நடைபெற்ற 68வது அகில இந்திய காங்கிரஸ் மாநாட்டுக்கு காமராஜர் தலைமை வகித்தார். அதில் கலந்து கொள்வதற்காக சிறப்பு ரயில்மூலம் காமராஜர் சென்னையிலிருந்து சென்றார். வழியெங்கும் மக்கள் நின்று உற்சாக வரவேற்பளிக்க 900 மைல் தூரம் கடந்து ரயில் புவனேஸ்வரம் சென்றடைந்தது. ஒரிஸ்ஸா முதல்வராக இருந்த பட்நாயக், லால்பகதூர் சாஸ்திரி ஆகியோர் வரவேற்க மேள, தாள முழக்கங்களுடன் விழா பந்தலுக்கு காமராஜர் அழைத்துச் செல்லப்பட்டார். 68வது மாநாடு என்பதைக் குறிக்கும் வகையில் 68 குண்டுகள் முழங்க, லட்சக்கணக்கான மக்கள் கூடியிருக்க ஒரிஸ்ஸாவின் பாரம்பரிய நடனத்தோடு மாநாடு தொடங்கியது. அம்மாநாட்டில் தான் பேசுவதற்காக தயாரித்த உரையைப் பலமுறை திருத்தி சரிபார்த்த பின் அதை பிரதமராக இருந்த நேருவுக்கு காமராஜர் அனுப்பி வைத்து அவர் அபிப்ராயத்தைக் கேட்டார். தங்கள் உரையில் ஒரு சிறு திருத்தம்கூட செய்ய விரும்பவில்லை என நேரு பதில் எழுதினார். வரலாற்றுச் சிறப்பு மிக்க அந்த உரையைத் தன்னுடைய தாய்மொழியான தமிழிலேயே காமராஜர் நிகழ்த்தினார்.

இந்திய தேசிய காங்கிரசின் 68வது மாநாட்டைத் தலைமையேற்று நடத்தும் பொறுப்பைத் தனக்கு தந்தமைக்கு வணக்கத்தையும், நன்றியையும் கூறி தொடங்கிய தனது உரையில் நாட்டின் பொருளாதார நிலை பற்றியும், சோசலிச சமுதாயம் அமைப்பது பற்றியும் பேசினார். இந்தியா முழுமைக்கும் எல்லா மாநிலங்களிலும் பத்தாம் வகுப்பு வரை இலவசக் கல்வி முறையை அமலாக்கவேண்டும் என்ற தன் விருப் பத்தை வெளியிட்டதோடு மக்களுக்கு சேவை செய்வதையே தனது குறிக்கோளாகக் கொள்ள வேண்டுமென கூடியிருந்த தொண்டர் களிடமும், தலைவர்களிடமும் கேட்டுக்கொண்டு தன் உரையை நிறைவு செய்தார்.

இம்மாநாடு தொடங்கிய மறுநாள் அதாவது ஜனவரி ஆறாம் தேதியன்று நேருவுக்கு திடீரென உடல்நலக்குறைவு ஏற்பட்டது. அதனால் அவர் சிகிச்சைக்காக டெல்லிக்குக் கொண்டு செல்லப்பட்டதால் அவரால் அம்மாநாட்டில் கலந்துகொள்ள முடியவில்லை. ஆயினும் திட்டமிட்ட படி கோலாகலமாக தொடங்கிய மாநாடு ஜனவரி பத்தாம் தேதியன்று நிறைவடைந்தது.

18

கிங் மேக்கர்

1964ம் ஆண்டு மே மாதம் காமராஜர் தமிழ்நாட்டில் சுற்றுப்பயணம் செய்து கொண்டிருந்த நிலையில் நேருவுக்கு மீண்டும் உடல்நலக் குறைவு ஏற்பட்டு நிலைமை மோசமாகிக் கொண்டிருப்பதாகத் தகவல் தெரிவிக்கப்பட்டது. உடனே தனது சுற்றுப்பயணத்தை ரத்து செய்து விட்டு விமானம் மூலம் டெல்லிக்கு கிளம்பினார். அதே விமானத்தில் காமராஜருடன் அதுல்யகோஷ், நிஜலிங்கப்பா ஆகியோரும் பயணம் செய்தனர். பிற்பகல் இரண்டு மணியளவில் விமானத்தில் பயணம் செய்து கொண்டிருந்த தலைவர்களுக்கு நேரு இறந்துவிட்ட செய்தி சொல்லப்பட்டது. கண்ணீருடன் தீன்மூர்த்தி பவன் சென்று நேருவுக்கு அஞ்சலி செலுத்தினார்கள். இதற்கிடையில் காமராஜர் வருவதற் குள்ளாக அரசியல் சாசன சட்டப்படி குல்சாரிலால் நந்தா தாற்காலிகப் பிரதமராக நியமிக்கப்பட்டிருந்தார்.

சுதந்தரத்துக்குப் பின் தொடங்கி தொடர்ந்து நேரு பிரதமராக இருந்த போதும் அவர் மீதும் சில குற்றச்சாட்டுகள் இருந்தன. தனக்கு அடுத்து தகுதியான ஒருவரை அடையாளம் காட்டத் தவறிவிட்டார் என்றும், தனக்கு அடுத்து மகள் இந்திராவைப் பிரதமராக்கும் எண்ணம் கொண் டிருந்தார் என்றும் பரவலாக கூறப்பட்டு வந்த நிலையில் நேருவின் இடத்துக்கு யாரைக் கொண்டு வருவது என்ற பிரச்னை தலைதூக்கியது. உலகநாடுகள் கூட இந்தியாவை உற்று நோக்க ஆரம்பித்தன.

நாடாளுமன்ற உறுப்பினர்களும், மாநில முதல்வர்களும், மாநில காங்கிரஸ் கட்சித்தலைவர்களும் அகில இந்திய காங்கிரஸ் தலைவராக இருந்த காமராஜரிடம் புதிய பிரதமரைத் தேர்ந்தெடுக்கும் பொறுப்பை ஒப்படைத்திருந்தனர். புவனேஸ்வர மாநாட்டின் போது தனக்கு உடல்நலக்குறைவு ஏற்பட்டிருந்த நிலையில் நேரு காமராஜரை அழைத்து லால்பகதூர் சாஸ்திரியை மீண்டும் காபினெட்டில் சேர்த்துக் கொள்ளலாமா? என்று கேட்டார். அப்பொழுது காமராஜ் திட்டத்தின்

கீழ் அவர் பதவி விலகியிருந்தார். அவரை மட்டும் மீண்டும் சேர்த்துக் கொள்வதில் அவரோடு விலகிய மற்ற அமைச்சர்களுக்கு ஆட்சேபம் இருந்ததால் நேரு காமராஜரிடம் கருத்து கேட்டார். காமராஜரோ இந்திராவின் பெயரைச் சொல்ல இப்போதைக்கு வேண்டாம், பிறகு பார்த்துக் கொள்ளலாம் என நேரு சொல்லிவிட்டார். வேறு வழியில்லாததால் நேருவின் விருப்பப்படி இலாகா இல்லாத அமைச்சராக சாஸ்திரி நியமிக்கப்பட்டர். நான் என்ன வேலை செய்ய வேண்டும்? என சாஸ்திரி நேருவிடம் கேட்டபோது என் வேலையைப் பாருங்கள் என நேரு சொன்னதால் அவரும் பிரதமர் இலாகா பணிகளை செய்து வந்தார்.

காமன்வெல்த் மாநாட்டுக்கு நேரு சென்றிருந்தபோதும் சாஸ்திரியை தான் தன்னோடு அழைத்துச் சென்றிருந்தார். இதையெல்லாம் கவனத்தில் கொண்டார் காமராஜர். சிறந்த காந்தியவாதியும், அரியலூர் ரயில் விபத்துக்குப் பொறுப்பேற்று தன் பதவியை ராஜினாமா செய்த வருமான சாஸ்திரியை நேருவே அழைத்துத் தன் பணிகளை பார்க்க சொல்லி கொடுத்திருந்ததால் நேருவின் இடத்திற்கு சாஸ்திரிதான் சரியான தேர்வு என நினைத்தார். தவிர, நேருவுக்கு பிறகு யார்? என்ற கேள்வி அவர் உடல்நலக்குறைவாக இருந்த சமயத்தில் எழுந்த போது காமராஜர், சஞ்சீவரெட்டி, நிஜலிங்கப்பா, அதுல்யகோஷ் ஆகியோர் நடத்திய சந்திப்புகள் சாஸ்திரியை அந்தப் பணிக்குத் தேர்ந்தெடுக்கும் விஷயத்தில் முக்கியமானதாக இருந்தது. அப்போது நடைபெற்ற இவர்களின் சந்திப்பை ‘சிண்டிகேட் மீட்டிங்’ என்றே பத்திரிக்கைகள் குறிப்பிட்டு எழுதின. தன்னுடைய எண்ணத்தை வெளிப்படையாக யாரிடமும் காமராஜர் சொல்லவில்லை. சாஸ்திரியைப் போட்டியின்றி ஏகமனதாக தேர்ந்தெடுக்க வேண்டும் என்பதே அவருடைய விருப்பமாக இருந்தது.

குடியரசுத் தலைவரைச் சந்தித்துப் பேசிய காமராஜர் பிரதமர் பதவிக்கு மொரார்ஜி தேசாயும், நந்தாவும் குறிவைத்துச் செயல்படுவதை அறிந்து கொண்டார். அதனால் காரியக்கமிட்டி உறுப்பினர்களின் எண்ணத்தை முதலில் அறிய விரும்பினார். அவர்கள் காமராஜரின் விருப்பத்துக்கு ஆதரவாகவே இருந்தனர். இந்நிலையில் தன்னைச் சந்திக்க வந்த மொரார்ஜி தேசாயிடம் நாட்டின் நிலைமையையும், காரியக்கமிட்டி உறுப்பினர்களின் விருப்பத்தையும் காமராஜர் எடுத்துக்கூறியபோது மொரார்ஜி தேசாய் ஏமாற்றத்துக்குள்ளான போதும் செயற்குழு உறுப்பினர்களின் முடிவுக்குக் கட்டுப்பட்டு நடந்துகொண்டார்.

1964 ஜுன் இரண்டாம் நாள் லால்பகதூர் சாஸ்திரி காமராஜரின் விருப்பப்படி பிரதமராக பொறுப்பேற்றுக்கொண்டார். நேருவுக்குப்

பின் கட்சி சிதைந்து போகும், நினைக்கமுடியாத அளவுக்கு நாட்டில் குழப்பங்கள் நிகழும் என எதிர்பார்த்திருந்தவர்களுக்கு காமராஜரின் இந்தச் சாமர்த்திய செயல்பாடு ஆச்சர்யத்தைக் கொடுத்தது. காமராஜரைப் பற்றி பத்திரிக்கைகள் புகழ்ந்து எழுதின. உலகத் தலைவர்களின் பார்வையும் காமராஜரை நோக்கி திரும்பியது.

பிரதமராகப் பொறுப்பேற்ற லால்பகதூர் சாஸ்திரி எவருடைய ஆலோசனைகளையும் பெறாமல் தன் விருப்பப்படி மந்திரிசபையை அமைத்தார். அதில் இந்திரா இடம்பெறவில்லை. பின்னர் காமராஜர் சாஸ்திரியிடம் பேசி இந்திராவையும் அமைச்சரவையில் இடம்பெற வைத்தார். காங்கிரஸ் கட்சியின் தலைவராக காமராஜரையே தொடர்ந்து செயல்பட வைக்கவேண்டும் என நினைத்த சாஸ்திரி அதற்கான திருத்த மசோதாவை பெங்களூரில் நடந்த அனைத்து இந்திய காங்கிரஸ் கமிட்டிக் கூட்டத்தில் கொண்டு வர முயன்றார். இந்தத் திருத்தத்துக்கு மொராய்ஜி தேசாய் கடுமையான எதிர்ப்பு தெரிவித்ததால் ஓட்டெடுப்புக்குவிட முடிவு செய்யப்பட்டது. மசோதாவுக்கு ஆதரவாக 400 ஓட்டுகளும், எதிராக 50 ஓட்டுகளும் கிடைக்க இரண்டாவது முறையாக அகில இந்திய காங்கிரஸ் தலைவராக காமராஜரே வருவதற்கான வாய்ப்பு உருவானது. சாஸ்திரியின் ஆட்சி தலைமையும், காமராஜரின் கட்சி தலைமையும் கட்சியில் இருந்த சில மூத்தத் தலைவர்களுக்கு பிடிக்கவில்லை.

இந்த நிலையில் 1965 ம் ஆண்டு இந்திய பாகிஸ்தான் போர் மூண்டது. குஜராத்தின் கட்ச் பகுதியில் தன் ஆக்கிரமிப்பை தொடங்கிய பாகிஸ்தானோடு சமாதான பேச்சுவார்த்தைகள் மூலம் தீர்வு காண சாஸ்திரி முயன்றார். ஆனால் அது சாத்தியமாகவில்லை. உடனே பதில் தாக்குதல் நடத்த இந்தியப் படைகளுக்கு உத்தரவிடப்பட்டது. போருக்காகப் பெரிய அளவில் தமிழ்நாட்டிலிருந்து நிதி திரட்டி காமராஜர் கொடுத்ததோடு பஞ்சாப் போர்முனைப் பகுதிக்கும் சென்று படைவீரர்களைச் சந்தித்து உற்சாகப்படுத்தினார்.

நாட்டைச் சூழ்ந்திருந்த இத்தகைய நெருக்கடி நிலை குறித்து விவாதிப்பதற்காக காங்கிரஸ் காரியக்கமிட்டி கூடியிருந்த நிலையில் டிசம்பர் மாதம் 24ம் நாள் பெய்த கடும் மழையால் தனுஷ்கோடி மூழ்கும் நிலை ஏற்பட்டது. உடனே காங்கிரஸ் காரியக்கமிட்டி கூட்டத்தை பாதியிலேயே நிறுத்திவிட்டு சென்னைக்கு திரும்பிய காமராஜர் அப்போதைய தமிழக முதல்வர் பக்தவச்சலத்துடன் ராணுவ விமானம்மூலம் சம்பவ இடத்துககு வந்திருந்து நிவாரணப் பணிகளை முடுக்கிவிட்டார். எந்த நிலையிலும் நாட்டு மக்கள் நலனுக்கே முக்கியத்துவம் தரவேண்டும் என்பதில் காமராஜர் உறுதியாக இருந்தார்.

பாகிஸ்தானுடனான போரில் இந்தியப் படைகள் முன்னேறிச் சென்ற போதும் சேதம் பெரிய அளவில் இருந்தது. ஐ.நா சபையின் தலையீட்டால் போர் முடிவுக்கு வந்தது. சோவியத் ரஷ்யா இரு நாடுகளுக்கும் இடையே அமைதி உடன்பாடு காணும் முயற்சியில் இறங்கியது. தாஷ்கண்ட் என்ற இடத்தில் இரு நாட்டுப் பிரதமர்களும் சந்தித்துப் பேச சோவியத் ரஷ்யாவின் அப்போதைய அதிபர் அலெக்ஸி கோசிஜின் அழைப்பு விடுத்தார். 1965 ஜனவரி 5ம் தேதி தொடங்கிய பேச்சுவார்த்தை 9ம் தேதி முடிவுக்கு வந்தது. 10 ம் தேதி தாஷ்கண்டில் அமைதி உடன்படிக்கையில் இந்திய பாகிஸ்தான் பிரதமர்கள் கையெழுத்திட்டனர். அதன்பின் அதிபர் கோசிஜின் கொடுத்த விருந்தில் கலந்து கொண்டுவிட்டு ஹோட்டலுக்குத் திரும்பிய சாஸ்திரி கடுமை யான இதய வலிக்கு உள்ளாகி அங்கேயே உயிரிழந்தார். மறுநாள் தாஷ்கண்ட் ஒப்பந்த வெற்றி செய்தியோடு சாஸ்திரியின் மறைவுச் செய்தியும் வெளியாக இந்தியாவே அதிர்ந்தது. காமராஜர் மிகுந்த கவலை கொண்டார். நேரு மறைந்த ஓராண்டுக்குள் அடுத்த பேரிடி சாஸ்திரியின் இழப்பால் வர நாட்டின் எதிர்காலம் கேள்விக்குறியானது.

மீண்டும் பிரதமர் போட்டி தொடங்கிய சமயத்தில் சென்னையிலிருந்த காமராஜர் தனி விமானம் மூலம் டெல்லி வந்தார். சாஸ்திரியைத் தேர்வு செய்ததைப் போல இம்முறை பிரதமர் தேர்வை அவ்வளவு எளிதாகச் செய்யக்கூடிய சூழல் நிலவவில்லை.

முன்பு தவறவிட்ட பிரதமர் பதவியை இம்முறை அடைந்தே தீரவேண்டும் என்பதில் மொரார்ஜி தேசாய் தீவிரமாக இருந்தார். ஆனால் நேருவின் புதல்வி என்பதோடு உலகத் தலைவர்களால் ஓரளவுக்கு அறியப்பட்டவர் என்பதாலும், முன்பு ஒருமுறை காமராஜர் இந்திராவின் பெயரை சொன்னபோது பின்னர் பார்த்துக்கொள்ளலாம் என நேரு சொல்லி இருந்ததாலும் இந்திராவைப் பிரதமர் பதவிக்கு கொண்டுவர காமராஜர் விரும்பினார். 1965 ஜனவரி 14 அன்று கூடிய காங்கிரஸ் காரியக்கமிட்டி கூட்டம் இம்முறையும் புதிய பிரதமரை தேர்ந்தெடுக்கும் அதிகாரத்தைத் தலைவர் என்ற முறையில் காமராஜரிடம் வழங்கியது. இந்திராவுக்கும் பிரதமர் பதவிமீது விருப்ப மிருக்க அவர் காமராஜரை வந்து சந்தித்தார். ஆனால் காமராஜர் தன் விருப்பமும் அதுதான் என்பதை அவரிடம் சொல்லாமல் 'நீங்க போய் வீட்ல இருங்க. நான் கூப்பிட்டனுப்பிச்சா வாங்க. அதுவரையிலும் யார் கேட்டாலும் காங்கிரஸ் பிரசிடெண்டை கேளுங்கன்னு சொல்லி விடுங்கள்' எனக் கூறி அனுப்பி வைத்தார். பத்திரிக்கையாளர்கள் கேட்டபோது இந்திராவும் காமராஜர் சொன்னதையே சொன்னார்.

பிரதமராவதில் மொராய்ஜி தேசாய் காட்டிய பிடிவாதத்தைக் கண்டு இந்திராவை அவருக்கு எதிராக நிறுத்தி அவரைத் தோற்கடிக்க

வேண்டும் என சில தலைவர்கள் கூறிவந்தனர். ஆனால் வேறுசிலர் இந்திரா பிரதமராக வருவதை விரும்பவில்லை. சிண்டிகேட் குழு என்றழைக்கப்பட்ட தலைவர்கள் மொராய்ஜி தேசாய் பிரதமராக வரக் கூடாது என்பதில் உறுதியாக இருந்தனர். அக்குழுவிலிருந்த அதுல்ய கோஷ் காமராஜரையே பிரதமராக கொண்டுவந்து விடலாம் என்றார். அதற்கான வாய்ப்புகள் மிக அதிகமாக இருந்தபோதும் அடுத்த வருடம் பொதுத்தேர்தல் வர இருப்பதால் பிரதமராக அமர்ந்துவிட்டால் கட்சிப் பணியை தன்னால் சிறப்பாக செய்ய முடியாது எனக்கூறி காமராஜர் மறுத்துவிட்டார்.

இந்திராவுக்கு எதிராக இருந்தவர்களை காமராஜர் அழைத்துப் பேசி அவர்களைச் சம்மதிக்க வைத்தார். மாநில முதல்வர்களில் பலரும் இந்திராவுக்கு ஆதரவு தந்தபோதும் நாடாளுமன்ற உறுப்பினர்களின் ஆதரவைத் திரட்டுவது அவசியமானதாக இருந்தது. காமராஜர் தொடர்ந்து ஒவ்வொருவரையும் சந்தித்துப் பேசினார். தனக்கு எதிராக காமராஜர் ஆதரவு திரட்டுவதை அறிந்த மொரார்ஜி தேசாய் ஆத்திரப் பட்டார். தனக்கு ஆதரவு தரும்படி எல்லோருக்கும் தனித்தனியாக கடிதம் எழுதினார். ஒருமனதாக இந்திராவைத் தேர்ந்தெடுக்கலாம் என காமராஜர் அவரைச் சந்தித்து கூறியபோது அதை தேர்தல் மூலம் முடிவு செய்து கொள்ளலாம் என மொரார்ஜி தேசாய் கூறிவிட்டார்.

நாடு சுதந்தரம் அடைந்த பின் பிரதமரை தேர்ந்தெடுக்க நடக்கும் தேர்தல் என்பதால் காமராஜர் இந்திராவை எப்படியும் வெற்றி பெற வைக்கவேண்டும் என்பதில் தீவிரமாக இருந்தார். அதற்காகத் தீவிர முயற்சிகளில் இறங்கினார். 1966 ஜனவரி 19 அன்று நடந்த தேர்தலில் மொரார்ஜி தேசாய்க்கு 169 வாக்குகளும், இந்திராவுக்கு 335 வாக்குகளும் கிடைக்க காமராஜரின் விருப்பப்படி இந்திராவே பிரதமராக தேர்ந் தெடுக்கப்பட்டார். அப்போது பேசிய இந்திரா தனது முன்னோடிகளின் பாதையில் நாட்டை வழிநடத்திச் செல்லப்போவதாகவும், அதற்கு அனைவரின் ஒத்துழைப்பும் வேண்டும் எனக்கூறி நன்றிகளைத் தெரிவித்துக் கொண்டார். மொரார்ஜி தேசாய் தோல்வியுற்ற போதும் இந்திராவுக்கு முழுஆதரவு தருவதாக கூறி பாராட்டு தெரிவித்தார்.

தமிழக காங்கிரஸ் கட்சித் தலைவராக இருந்து முதல்வர்களை தேர்ந் தெடுத்த காமராஜர் அகில இந்திய காங்கிரஸ் கட்சி தலைவராக வந்து இரண்டு பிரதமர்களை நெருக்கடியான நிலையில் சிக்கலின்றி தேர்வு செய்தார். தனக்கு அந்த வாய்ப்பு வந்து வெற்றிக்கான எல்லா சாத்தி யங்களும் இருந்தபோதும் அதை மறுத்து நாட்டு நலனுக்கும், கட்சிப் பணிக்கும் முக்கியத்துவமளித்த காமராஜர் கிங்மேக்கராக வலம் வந்தார்.

19

கட்சியின் வீழ்ச்சியும், காமராஜரின் தோல்வியும்

ரஷ்யாவில் இறந்து போன சாஸ்திரியின் உடல் இந்தியாவுக்குக் கொண்டுவரப்பட்டது. உலகத் தலைவர்கள் எல்லாம் அவருடைய இறுதிச் சடங்கில் கலந்து கொள்வதற்காக இந்தியா வந்தனர். ரஷ்ய அதிபர் கோசிஜினும் சாஸ்திரியின் உடல் கொண்டுவரப்பட்ட விமானத்திலேயே வந்திருந்தார். அப்போது இடைக்காலப் பிரதமராக நியமிக்கப்பட்டிருந்த நந்தாவைச் சந்தித்துப் பேசிய பின் அகில இந்திய காங்கிரஸ் கட்சித் தலைவர் என்ற முறையில் காமராஜரை கோசிஜினும், அமெரிக்கத் துணை ஜனாதிபதி ஹம்ப்ரியும் சந்தித்து தங்கள் நாட்டுக்கு வரும்படி அழைத்தனர். தனிப்பட்ட ஒரு கட்சியின் தலைவரை மற்ற நாட்டுத் தலைவர்கள் அழைப்பது அதுவே முதல்முறை!

சோஷலிச கருத்துகளில் அதிக ஆர்வம் கொண்டிருந்த காமராஜர் முதலில் சோவியத் ரஷ்யா செல்ல முடிவு செய்தார். 1966 ஜுலை 22ம் தேதி தமிழக தொழில்துறை அமைச்சர் ஆர். வெங்கட்ராமன், கட்சியின் காரியதரிசி மற்றும் தன் தனிப்பட்ட காரியதரிசி ஆகியோருடன் புறப்பட்டார். எந்தவித ஆடம்பர உடையுமின்றி தனது வழக்கமான ஆடைகளான வேஷ்டி, சட்டை, துண்டு இவற்றுடனே ரஷ்யாவுக்குக் கிளம்பினார். 1953ம் ஆண்டு பிரிட்டிஷ் ஆதிக்கத்தின் கீழ் இருந்த மலாய் நாட்டுக்கு (தற்போது மலேசியா) காமராஜர் சென்றார். அப்போது அந்நாட்டின் கமிஷனராக இருந்த ஜெனரல் டெம்ப்ளர் ஆடம்பரப் பிரியர் என்பதோடு ஆடை அலங்காரங்களையும் அதிகம் விரும்புவார். அதனால் அவரைச் சந்திக்கச் செல்லும்போது அணிந்துகொள்ள ஏதுவாக ஒரு கோட் தைத்துக் கொண்டு வருமாறு அப்பயணத்துக்கு ஏற்பாடு செய்திருந்த வெங்கடராஜுலு நாயுடு முன்கூட்டியே காமராஜருக்கு கடிதம் எழுதி இருந்தார். ஆனால் அதைப் பற்றியெல்லாம் கவலைப்படாமல் எளிமையான ஆடையுடன் அங்கு சென்றதோடு மட்டுமல்ல டெம்ப்ளரையும் பலமணி நேரம் தனியே சந்தித்துப் பேசி திரும்பினார்.

நாடுகளைச் சுற்றிப்பார்க்க அல்ல, மக்களின் வாழ்க்கை நிலை, தொழில் திறமைகளைப் பற்றி அறிந்து கொள்வதிலேயே காமராஜர் ஆர்வமாக இருந்தார். உலகின் அதிசக்தி வாய்ந்த தலைவரை சந்திக்கச் செல்லும் போதுகூட சஞ்சலமில்லாமல் இருந்தார். அதிபர் கோசிஜினைச் சந்திக்க செல்லும் தினத்தன்று காமராஜரிடம் அதுபற்றி வெங்கட்ராமன் கூறியபோது நாம் நமக்குத் தெரிந்ததை சொல்லப் போகிறோம். இதற்கு ஏன் இவ்வளவு கவலை? என்றார். அங்கேயே பிறந்து வளர்ந்தவர்கள்கூட அங்குள்ள குளிருக்கு ஏற்ற ஆடைகளை அணியும்போது காமராஜர் மட்டும் சாதாரண உடையில் இருந்தது அங்கிருந்த அனைவருக்கும் ஆச்சரியத்தைக் கொடுத்தது. அதிபர் கோசிஜினைச் சந்தித்தபோது சாதாரண உடையிலிருந்த காமராஜரிடம் உங்களுக்கு இங்கே குளிர வில்லையா என்று கேட்டார். அதற்கு காமராஜர் எனக்கு இங்கு அப்படி ஒன்றும் தெரியவில்லை. டெல்லியைப்போல் தான் இருக்கிறது என்றார்.

மாஸ்கோ நகர மேயர்மூலம் அந்நகரின் சிறப்பையும் அங்குள்ள மக்களின் வாழ்வியல் முறைகளையும் காமராஜர் கேட்டறிந்தார். ஜார் மன்னரின் காலத்தில் கட்டப்பட்ட கிரெம்ளின் மாளிகையையும் அங்கிருந்த லெனின் நூலகத்தையும் கண்டு மகிழ்ந்தார். நாஜிக்களால் பாதிக்கப்பட்ட மக்களின் நினைவாக லெனின்கிராட் நகரில் அமைக்கப் பட்டுள்ள நினைவுச்சின்னத்தை பார்வையிட காமராஜர் சென்றிருந்த போது அங்கு லேசான தூறலும், குளிரும் இருந்தது. அப்போதும்கூட தனது வழக்கமான உடையிலேயே இருந்தவரைக் கண்ட அந்நகர மக்கள் ஏழைகளின் தலைவராம், அவருக்கு ஒரு கோட்டு கூட இல்லை என்று கூறினார்களாம். அந்நகரிலிருந்த விவசாயப் பண்ணைகளையும் சென்று பார்வையிட்டார்.

ஜூலை மாதம் 31 ம் தேதி மாஸ்கோவிலிருந்து கிளம்பி கிழக்கு ஜெர்மனிக்குச் சென்றார். அந்நாட்டின் தலைவர்களையும், முக்கிய பிரமுகர்களையும் சந்தித்து பேசியபின் செக்கோஸ்லாவியா, ஹங்கேரி, பல்கேரியா ஆகிய நாடுகளுக்குச் சென்றார். செக்கோஸ்லாவியாவின் பிராக் நகரில் அமைந்துள்ள உலகப்புகழ் பெற்ற ஸ்கோடா தொழிற் சாலையைப் பார்வையிட்டார். ஹங்கேரி, பல்கேரியா நாடுகளில் நவீனமுறை விவசாயப் பண்ணைகளையும், கோழிப் பண்ணை களையும் பார்வையிட்டார். ஆகஸ்ட் எட்டாம் தேதியன்று யுகோஸ்லா வியாவுக்கு வந்த காமராஜர் நேருவின் நண்பரும், ஆவடி காங்கிரஸ் மாநாட்டில் கலந்து கொண்டவருமான மார்ஷல் டிட்டோவை பிரியோனி தீவில் சென்று சந்தித்து பேசினார். இருவரும் ஒருமணி நேரத்துக்கும் மேலாக உலகப் பிரச்னைகள் குறித்து விவாதித்தனர்.

தன்னுடைய சுற்றுப்பயணத்தை ஆகஸ்ட் 12 அன்று முடித்துக்கொண்டு தாயகம் திரும்பினார். முதலில் சோவியத் ரஷ்யாவுக்கு காமராஜர்

சென்றதாலும், அங்கு சுற்றுப்பயணம் செய்து கொண்டிருந்த சமயங்களில் அந்நாட்டுப் பத்திரிக்கைகள் அவரைப்பற்றி எழுதியிருந்த வற்றை வைத்தும், கம்யூனிஸ்டுடுகளின் பக்கம் காமராஜர் சாய்ந்து விடுவார் என்ற பேச்சு அப்போது பலமாக இருந்தது. சில கார்ட்டூன்களும் வெளியாகின. அவற்றை காமராஜரின் கவனத்துக்குச் சிலர் கொண்டு வந்தபோது 'பொம்மையைக் கண்டு ஏன் பயப்படறே? உண்மையைக் கண்டு பயப்படு!' என்றே பதிலளித்தார். ஆனால் பத்திரிக்கைகள் எழுதியபடி ஏதும் நடக்கவில்லை. ரஷ்யாவுக்குப் பின் அமெரிக்கா செல்ல திட்டமிட்டிருந்த சமயத்தில் தேர்தல் அலை தொடங்கிவிட்டதால் பயணத்தை ஒத்தி வைத்தார்.

1950ம் ஆண்டு அமலுக்கு வந்த இந்திய அரசியல் சாசனம் இந்தியாவின் ஆட்சி மொழி இந்தி என்றும் அடுத்த பதினைந்து ஆண்டுகளுக்குள் இந்தியா முழுவதும் இந்தி ஆட்சி மொழியாக ஆக்கப்படுவதுடன் ஆங்கிலத்துக்கு வழங்கப்பட்டுவந்த துணை ஆட்சி மொழி அந்தஸ்து நீக்கப்படவேண்டும் என்றும் கூறியது. 1937 ம் ஆண்டிலிருந்து இந்தி மொழி ஆதிக்கத்துக்கு எதிராக மிக, மிகச் சிறிய அளவில் திராவிட இயக் கத்தால் நடத்தப்பட்ட பிரசாரங்களை அந்த இயக்கத்திலிருந்து பிரிந்து அறிஞர் அண்ணாவால் உருவாக்கப்பட்ட திராவிட முன்னேற்றக் கழகம் 1957ம் ஆண்டிலிருந்து போராட்டமாக மாற்றியது. அப்போது பிரதமராக இருந்த நேரு ஆட்சி மொழிப் போராட்டங்கள் பெரிதாகாமல் தடுக்கும் வகையில் 'அரசியல் சாசனத்தில் கூறியபடி அடுத்த பதினைந்து ஆண்டுகளில் இந்தி ஆட்சி மொழியாக்கப்படுவது நிறுத்தி வைக்கப் படும் என்றும், இந்தி மொழி பேசாத மக்கள் அவர்கள் விரும்பும் வரையில் ஆங்கிலமே ஆட்சி மொழியாக இருக்கும்' என்றும் வாக்குறுதி அளித்தார். ஆனால் அவருடைய வாக்குறுதியை அரசியல் சாசனத்தில் ஒரு திருத்தமாகக் கொண்டுவர வடநாட்டு அரசியல் வாதிகள் ஒப்புக்கொள்ளாததால் இந்தியை ஆட்சி மொழியாக கொண்டு வருவதற்கான முயற்சிகள் அவ்வப்போது நடந்து கொண்டே இருந்தது. இந்த நிலையில் 1965 ம் ஆண்டு ஜனவரி 20 ம் தேதி மத்திய அரசின் செய்தி ஒளிபரப்புத்துறை தமிழக அரசுக்கு அனுப்பிய ஒரு கடிதம் ஆங்கில மொழியோடு இல்லாமல் இந்தி மொழியில் மட்டும் இருந்ததால் இந்தித் திணிப்பு நடப்பதாகக் கூறி மீண்டும் திராவிட முன்னேற்றக் கழகம் போராட்டத்தைத் தொடங்கியது.

இம்முறை மாணவர்கள் பெருமளவு போராட்டத்தில் பங்கு கொண்ட தால் போராட்டத்தின் வேகமும் அவர்களைப் போலவே வேகமெடுத்து நின்றது. பஸ் எரிப்பு, ரயில்வே உள்ளிட்ட மத்திய அரசுக்குச் சொந்த மான இடங்கள், அலுவலகங்கள் மீதான தாக்குதலால் தமிழகத்தின் பல இடங்களிலும் போலீஸ் துப்பாக்கிச் சூடு நடைபெற்றது. அதில்

சிதம்பரம் அண்ணாமலை பல்கலைக்கழக மாணவர் ஒருவர் பலியான தால் கொந்தளிப்பான நிலைமை உருவானது. கட்சியின் தலைவராக இருந்த காமராஜரைக் கேட்காமலே தமிழக அமைச்சரவையிலிருந்து சி. சுப்பிரமணியம், ஓ.வி. அளகேசன் ஆகிய இருவரும் தங்கள் பதவியை ராஜினாமா செய்தார்கள். நேரு கொடுத்த வாக்குறுதி நிச்சயம் காப் பாற்றப்படும் என்று பிரதமர் லால் பகதூர் சாஸ்திரி வானொலி மூலம் உரை நிகழ்த்தினார். அப்போது காமராஜர் தமிழகத்தில் இல்லை. வட மாநிலங்களில் சுற்றுப்பயணத்தில் இருந்தார். நிலைமை தெரிந்ததும் உடனடியாக டெல்லிக்கு வந்து செய்தி ஒளிபரப்புத் துறைக்கு அமைச் சராக இருந்த இந்திராவிடம் பேசி தன் கவனத்துக்கு வராமல் இந்தத் தவறு நிகழ்ந்துவிட்டதாகவும், அதற்காக வருந்துவதாகவும் அறிக்கை வெளியிட செய்தார். லால்பகதூர் சாஸ்திரியின் உரை, இந்திராவின் அறிக்கை ஆகியவைகளுக்கு பின் நிலைமை சீரானபோதும் அதையே மூலாதாரமாகக் கொண்டு திராவிட முன்னேற்றக் கழகம் தனது வளர்ச்சியை வேகப்படுத்தியபடியே இருந்தது.

இந்தி எதிர்ப்புப் பிரசாரம்மூலம் வலுவாகக் காலூன்றி மெல்ல, மெல்ல எழுந்து விருட்சமாக வேர்விட ஆரம்பித்திருந்த திராவிட முன்னேற்றக் கழகம் தொடர்ந்து ஏறுமுகத்திலேயே இருந்து வந்தது. காங்கிரஸ் கட்சியின் நிலை தமிழகத்தில் இப்படி இருக்க ஆட்சியிலிருந்த மற்ற மாநிலங்களிலோ உள்கட்சிப் பூசலால் வலுவிழந்து நின்றது. ஆரம் பத்தில் காமராஜர் உள்ளிட்டவர்களின் கருத்துகளைக் கேட்டு கலந்தா லோசித்து செயல்பட்டு வந்த இந்திரா **1966** ம் ஆண்டு ஜூன் 6ம் தேதியன்று இந்திய நாணய மதிப்பைத் திடீரென்று குறைத்தார். அப்போது சென்னையிலிருந்த காமராஜரை டெல்லிக்கு அழைத்து இந்திரா தன் எண்ணத்தைச் சொன்னபோது, 'அது ரொம்பத் தவறு. வெளிநாட்டு வியாபாரம் இதனால் பாதிப்புக்கு உள்ளாகுவதோடு கடன் சுமையும் இரு மடங்காகிவிடும். அதனால் அவசரப்படாமல் தகுந்த பொருளாதார நிபுணர்களைக் கலந்தாலோசித்துவிட்டு அவசிய மென்றால் இன்னும் ஆறுமாதம் கழித்து செய்து கொள்ளலாமே' என்று கூறினார். ஆனால் இந்திரா காமராஜர் கூறியதை எற்றுக் கொள்ள வில்லை. காபினெட் ஒத்துழைப்பு கிடைத்துவிட்டது என்று சொல்லி பேச்சை முடித்துக்கொண்டார். தவிரவும், மூத்தத் தலைவர்கள் பிற்போக்குவாதிகள் என்றும், நேருவின் கொள்கைக்கு எதிரானவர்கள் என்றும் கூறினார்.

இந்திராவுக்கு ஆதரவாக சி.சுப்பிரமணியம், தினேஷ் சிங், அசோக் மேத்தா, மனுபால்ஷா, ஜி.எஸ்.பதக், பக்ருதீன் அகமது ஆகியோர் இருந்தனர். காமராஜர் பக்கம் மொரார்ஜி தேசாய், நிஜலிங்கப்பா, அதுல்யகோஷ், சஞ்சீவரெட்டி, எஸ்.கே.பட்டீல் ஆகியோர் இருந்தனர்.

நான்காவது ஐந்தாண்டுத் திட்ட மதிப்பீடு பற்றி முடிவெடுப்பதில் தொடங்கி பொதுத் தேர்தலுக்கான வேட்பாளர்களைத் தேர்ந்தெடுப்பது வரையிலும் இரு குழுக்களுக்கு இடையில் ஒற்றுமை நிலவவில்லை. இந்திரா எல்லா விஷயங்களிலும் காமராஜருக்கு எதிராகவே நின்றார்.

1966ம் ஆண்டு நவம்பர் மாதம் 2ம் தேதி டெல்லியில் நடந்த காங்கிரஸ் காரியக் கமிட்டி கூட்டத்தில் பசுவதை தடை கிளர்ச்சியை காமராஜர் வன்மையாகக் கண்டித்ததோடு அது சார்ந்து எந்த ஒரு தீர்மானத்தையும் காரியக்கமிட்டியில் நிறைவேற்றவும் சம்மதிக்கவில்லை. இதனால் பசுவதை தடை கிளர்ச்சி ஆதரவாளர்களுக்கும், அதன் தலைவர் களுக்கும் காமராஜர் மீது கடுமையான கோபம் இருந்தது. மிகவும் ரகசிய மாக நடைபெற்ற இந்தக் காரியக் கமிட்டியில் நடந்தவை வெளியில் கசிய ஆரம்பித்ததையடுத்து நவம்பர் மாதம் 7ம் தேதி பசுவதை தடுப்பையொட்டி டெல்லியில் நடந்த ஊர்வலத்தில் காமராஜரின் வீடு தாக்கப்பட்டு சூறையாடப்பட்டது. காமராஜரின் உதவியாளர் நிரஞ் சன்லால் உள்ளிட்டவர்கள் கலவரக் கும்பலால் தாக்கப்பட்டனர். வீட்டைச் சூழ்ந்து கொண்ட போராட்டக்காரர்கள் கற்களால் ஜன்னல் கண்ணாடிகளை உடைத்து எறிந்தனர். காமராஜர் எங்கே? எனக் கேட்டு அங்கிருந்தவர்களைத் தாக்க ஆரம்பித்தனர்.

அப்போது காமராஜரும் வீட்டுக்குள்தான் இருந்தார். அவரைச் சந்திப் பதற்காக வந்திருந்த நண்பரால் தாழிடப்பட்ட அறைக்குள் பாதுகாப் பாகத் தடுத்து வைக்கப்பட்டிருந்த காமராஜர் ‘வெளியே போய் நான் அவர்களிடம் பேசுகிறேன். என்னை என்ன செய்துவிடப் போகிறார்கள்’ என்று சொல்லிக்கொண்டிருந்தபோது வீட்டிலிருந்த குளிர்ச்சாதனக் கருவிக்கு கலவரக் கும்பல் தீ வைத்தது. அதிலிருந்து வெளியான புகையைக் கண்டு அருகில் வசித்தவர்கள்மூலம் தகவல் பெற்ற போலிஸ் படை விரைந்து வந்து கலவரக்காரர்களை விரட்டி யடித்தது. போலீஸ் துப்பாக்கி சூட்டுக்குப் பயந்து ஓடியவர்கள் காம ராஜர் வீடு என நினைத்து தவறுதலாக சமூகநலத்துறை உதவி மந்திரி ரகுராமையா வீட்டுக்கு தீ வைத்துவிட்டுச் சென்றார்கள். போராட்டக் காரர்களுக்குப் பின்னால் இருந்து வேறு சதித்திட்டத்தோடு யாரோ அவர்களைக் காமராஜருக்கு எதிராக இயக்குகிறார்கள் என்று பேசும் அளவுக்கு நடந்த கலவரத்தில் போராட்டக்காரர்கள் காமராஜரை மட்டுமே குறி வைத்திருந்தனர். இதனால் ஏற்பட்ட நெருக்கடி காரண மாக அப்போதைய உள்துறை அமைச்சராக இருந்த நந்தா தனது பதவியை ராஜினாமா செய்தார். அதன்பின் இந்திராவுக்கு மந்திரி சபையை மாற்றியமைக்கும் முழு சுதந்தரத்தை காமராஜர் வழங்கி இருந்தார்.

உள்நாட்டுப் பாதுகாப்பின்மை, உணவுப்பொருள் பற்றாக்குறை இவற்றோடு ஒரிஸ்ஸா, மேற்கு வங்காளம், மத்தியப் பிரதேசம் ஆகிய இடங்களில் கட்சிக்குள் நிலவிய ஒற்றுமையின்மை போன்றவற்றால் காங்கிரஸின் மீதான மதிப்பு சரிந்திருந்த நிலையில் 1967 ம் ஆண்டு பொதுத்தேர்தல் வந்தது. காமராஜர் தனது சொந்த தொகுதியான விருதுநகரில் வேட்பாளராகப் போட்டியிட்டபோதும், அகில இந்திய கட்சித் தலைவர் என்ற முறையில் இந்தியா முழுக்கச் சென்று பிரசாரம் செய்து வந்தார். தமிழ்நாட்டில் அவர் பிரசாரத்துக்காக திருநெல்வேலிக்குச் சென்றபோது அவருடைய வாகனம் விபத்துக்குள்ளானதில் காலிலும், முகத்திலும் பலமான காயம் ஏற்பட்டதால் சிகிச்சைக்காக சென்னைக்கு செல்ல வேண்டியதாயிற்று. இதனால் தனது சொந்த தொகுதியில்கூட அவரால் சரியாக பிரசாரம் செய்ய முடியவில்லை. வெளியான தேர்தல் முடிவு காங்கிரஸுக்கு எதிராக இருந்தது. இந்தியா முழுக்க காங்கிரஸ் கட்சிக்கு பலத்த அடி விழுந்தது. காமராஜர் அணியில் இருந்த அதுல்யகோஷ், எஸ்.கே.பட்டீல் ஆகியோர் அதிர்ச்சி தரும் வகையில் தோற்க உச்சகட்டமாக காமராஜர் தன் சொந்த தொகுதியான விருதுநகரில் தோல்வியடைந்தார்.

தமிழ்நாட்டில் நடந்த 234 சட்டமன்றத் தொகுதிக்கான தேர்தலில் 173 தொகுதிகளில் போட்டியிட்டு 138 தொகுதிகளை திராவிட முன்னேற்றக் கழகம் வென்றது. காங்கிரஸ் கட்சி அனைத்துத் தொகுதிகளிலும் போட்டியிட்டு 50 இடங்களை மட்டுமே வென்றது. நாடாளுமன்றத்துக்கான 39 தொகுதிகளில் 25 இடங்களில் போட்டியிட்ட திராவிட முன்னேற்றக் கழகம் அனைத்து இடங்களையும் கைப்பற்றியது. அனைத்து இடங்களிலும் போட்டியிட்ட காங்கிரஸ் கட்சிக்கு மூன்று இடங்கள் மட்டுமே கிடைத்தன. காமராஜர் தனக்கு எதிராக நிறுத்தப்பட்டிருந்த மாணவத் தலைவன் பெ.சீனிவாசன் என்ற திராவிட முன்னேற்றக் கழகத்தின் புதுமுகத்திடம் 1285 வாக்குகள் வித்தியாசத்தில் தோல்வி கண்டார். அவருடைய தோல்வியைக் கண்டு கட்சி பேதமின்றி அனைவருமே வருத்தப்பட்டனர்.

தன் சொந்த தொகுதியிலேயே தோற்கடிக்கப்பட்டும், தன் கண் முன்னாலயே காங்கிரஸ் கட்சி பலவீனப்பட்டும் நிற்பதைக் கண்டும் கூட மக்களையோ, தொண்டர்களையோ காமராஜர் குறை கூறவில்லை. 'மக்களுக்காக நீங்கள் எவ்வளவோ செய்தும் நீங்கள் ஜெயிப்பதற்கான வாக்குகள் விழாததற்கு எதிர்க்கட்சிக்காரர்களைப் போல் நாம் விரிவாகவும், விளக்கமாகவும் பிரசாரம் செய்யாததே காரணம்' என கட்சிக்காரர் ஒருவர் கூறிய போது 'அடபோய்யா பெத்த தாய்க்கு சேலை வாங்கி கொடுக்கிற மகன் என் அம்மாவுக்கு நான் சேலை வாங்கி கொடுத்தேன். என் அம்மாவுக்கு சேலை வாங்கி கொடுத்தேன்னு

தம்பட்டம் அடிக்கலாமான்னேன். நம்ம கடமைய நாம செஞ்சோம். இதுல பீத்திக்க என்ன இருக்குன்னேன்?' என்றார் காமராஜர். இது மக்கள் தீர்ப்பு. மனப்பூர்வமாக ஏற்றுக்கொள்கிறேன் என தன் தோல்விக்கு பின் கூறிய காமராஜர் நான்கூட தோற்க முடியும் என்பதுதான் உண்மையான ஜனநாயகம் என்றார்.

நாடாளுமன்றத் தேர்தலில் 1962 ம் ஆண்டு 361 இடங்களைப் பெற்று ஆட்சிக் கட்டிலில் அமர்ந்த காங்கிரஸுக்கு இம்முறை 283 இடங்கள் மட்டுமே கிடைத்திருந்தது. வெற்றி விகிதம் குறைந்திருந்தபோதும் மத்தியில் ஆட்சி அமைக்கும் அளவுக்குப் பெரும்பான்மை இருந்தது. காங்கிரஸ் கட்சியின் இந்தத் தோல்விக்கு இந்திராவும் பொறுப்பேற்க வேண்டும் என கட்சியில் சிலர் குரலெழுப்பியதை அடுத்து அவரைப் பிரதமராக தேர்ந்தெடுப்பதில் மீண்டும் சிக்கல் உருவானது.

தான் பெற்ற தோல்வியைப் பற்றிக்கூட கவலைப்படாமல் இப்பிரச்னைக்குத் தீர்வு காண்பதில் காமராஜர் தீவிரமானார். இந்தியாவின் இறையாண்மைக்கு ஊறு வந்துவிடக்கூடாது என நினைத்தார். இந்திராவைப் பிரதமராக்காவிட்டால் அனைவரும் ராஜினாமா செய்வோம் என அவர் ஆதரவாளர்கள் ஒருபுறம் மிரட்ட மறுபுறம் மொரார்ஜி தேசாய் இந்திராவை எதிர்க்கத் தயாரானார். இந்த சிக்கலான நிலைமை நாட்டுக்கு மட்டுமல்ல கட்சிக்கும் நல்லதல்ல என நினைத்த காமராஜர் இந்திராவின் மீது எந்தக் காழ்ப்புணர்ச்சியும் கொள்ளாமல் அவருக்காக மொரார்ஜி தேசாயிடம் பேசினார். இந்திரா பிரதமராகவும், மொரார்ஜி தேசாய் துணை பிரதமராகவும் இருந்து செயல்படுவது என சமரசம் ஏற்பட்டது. இந்திராவும் அதற்கு ஒப்புக்கொள்ள 1967 மார்ச் 12 ல் நடந்த நாடாளுமன்ற காங்கிரஸ் கட்சி கூட்டத்தில் முறைப்படி இருவரும் தேர்வு செய்யப்பட்டனர். மத்தியில் ஏற்பட்ட குழப்பத்துக்குச் சுமூகமாகத் தீர்வு கண்ட காமராஜர் தமிழகத்தில் புதிதாக ஆட்சிப் பொறுப்பேற்ற திராவிட முன்னேற்றக் கழகத்துக்கு மக்கள் அளித்த ஆதரவை ஏற்பதாக அறிவித்ததோடு அவர்கள் ஆட்சிக்குப் புதியவர்கள், குற்றம் குறைகள் இருந்தாலும் முதல் ஆறு மாதங்களுக்கு எதுவும் பேசக்கூடாது. அதன் பின்னர் அவர்கள் எப்படி ஆட்சி செய்கிறார்கள் என்பதைப் பொறுத்திருந்து பார்ப்போம் என்று தன் கட்சியினருக்கு கட்டளையிட்டார்.

20

முரண்பட்ட இந்திரா, முறிந்த காங்கிரஸ்

1969ல் குமரித் தந்தை என்றழைக்கப்பட்ட மார்ஷல் நேசமணி மறைவையொட்டி நடந்த நாகர்கோவில் நாடாளுமன்றத் தொகுதியில் காமராஜர் போட்டியிட்டார். அத்தேர்தலில் காமராஜரை எதிர்த்து ராஜாஜி தன் சுதந்திரா கட்சி வேட்பாளரை நிறுத்தினார். ஆரம்பகாலம் தொட்டே ராஜாஜிக்கும் காமராஜருக்கும் பலவித முரண்பாடுகள், கருத்து வேறுபாடுகள் இருந்தபோதும் ஒருவர் மீது ஒருவர் தனிப்பட்ட முறையில் மதிப்பும், மரியாதையும் கொண்டிருந்தனர். 1967 பொதுத்தேர்தலில் காமராஜரை வெற்றிகொண்ட காரணத்தைக் காட்டி தனக்கு அமைச்சர் பதவியை அறிஞர் அண்ணா தரமாட்டார் என்பதை பெ.சீனிவாசன் அறிந்ததும் ராஜாஜியை அணுகி தனக்காக அவரிடம் சிபாரிசு செய்யும்படிக் கேட்டார். அதற்கு ராஜாஜி 'கென்னடி ரொம்ப பெரிய மனுசன் தான். ஒரே ஒரு துப்பாக்கி குண்டு அந்த ஆளை சாய்த்து விட்டதற்காக அந்த துப்பாக்கி குண்டை எடுத்து வச்சிக்கிட்டு அங்கே எவனாவது கொண்டாடினானா என்ன?' என்று கூறி சிபாரிசு செய்ய மறுத்து விட்டார்.

காமராஜருக்கோ ராஜாஜியின்மீது இருந்த மதிப்பு இன்னும் ஒருபடி மேல் எனலாம். ராஜாஜி கொண்டு வந்த கல்விதிட்டத்தால் கட்சிக்குள் நிலவிய எதிர்ப்புணர்வால் அவருடைய கண்ணியம் கெட்டுப்போய் விடக்கூடாது என்பதற்காகவே காமராஜர் அதை வாக்கெடுப்புக்கு விடாமல் தள்ளிப்போட்டுக்கொண்டே வந்தார். ஒருமுறை தன் மந்திரி சபையில் ஒரு அமைச்சரை காமராஜர் இணைத்துக்கொண்டது சம்பந்த மாகப் பேச ராஜாஜி காமராஜரின் வீட்டுக்கு வந்தார். அவர் வந்திருப் பதை அறிந்ததும் வாசலுக்கே வந்த காமராஜர் 'நீங்கள் என்னைத் தேடி வரக்கூடாது. கூப்பிட்டனுப்பினால் நானே உங்களைத் தேடி வந்திருப் பேனே' என சொல்லியபடி அவர் வந்த காரிலேயே ஏறி ராஜாஜியின் வீட்டுக்குச் சென்றுவிட்டார்.

இன்னொரு சமயம் காமராஜரின் கார் சாலையில் போய்க்கொண்டிருந்த போது தற்செயலாக அவருடைய காருக்கு முன்னால் ராஜாஜியின் கார் போய்க்கொண்டிருந்தது. அந்தக் காரை முந்த முயன்ற டிரைவரை காமராஜர் அதட்டினார். ஏன் அவசரப்படுறே. பெரியவர் கார் போய்க்கிட்டிருக்கில்ல, பொறுமையாப் போ என்றார். இப்படி ஒருவர் மீது ஒருவர் தனிப்பட்ட முறையில் மதிப்பு கொண்டிருந்தபோதும் காமராஜரை எதிர்ப்பதிலும், இந்தத் தேர்தலில் அவரை வீழ்த்திவிடவேண்டும் என்பதிலும் ராஜாஜி தீவிரமாகவே இருந்தார். அதற்கேற்ப அவரை எதிர்த்து அவருடைய சமூகத்தைச் சேர்ந்த உள்ளூர்க்காரரான டாக்டர் மத்தியாஸ் என்பவரை வேட்பாளராக அறிவித்தார். திராவிட முன்னேற்றக் கழகத்துடன் கூட்டணி இருந்ததால் தங்களுக்கே வெற்றி வாய்ப்பு அதிகம் என அவருடைய கட்சியினரும், ராஜாஜியும் நினைத்திருந்த சமயத்தில் திராவிட முன்னேற்றக் கழகம் காமராஜருக்கு எதிராகச் செயல்படாது என அறிஞர் அண்ணா அறிவித்தார். கன்னியாகுமரி மாவட்டத்தைத் தமிழ கத்துடன் இணைக்க காரணமாக இருந்த காமராஜரை அத்தொகுதி மக்கள் பெருவாரியான வாக்குகள் வித்தியாசத்தில் வெற்றிபெற வைத்தனர். அச்சமயத்தில் அகில இந்திய காங்கிரஸ் கட்சியின் தலைவர் பதவிக்கான பதவிக்காலமும் முடிவடைந்தது. மீண்டும் காமராஜர் அப்பதவிக்கு வருவதை தான் விரும்பவில்லை என்று இந்திரா வெளிப் படையாகவே அறிவித்தார்.

கருத்து வேறுபாடுகள் வளர்வது கட்சியின் எதிர்காலத்துக்கு நல்லதல்ல என நினைத்த காமராஜர் தானாகவே போட்டியிலிருந்து விலகுவதாக அறிவித்ததோடு மோகன்லால் சுகாதியை அப்பதவிக்குக் கொண்டு வரலாம் என இந்திராவிடம் கூறினார். இதற்கிடையில் மொரார்ஜி தேசாய், ஒய்.பி.சவாண், ஜெகஜீவன் ராம் ஆகியோர் தங்கள் ஆதர வாளர்களில் ஒருவரை அப்பதவியில் அமர வைக்க விரும்பினர். அதே போல இந்திராவின் ஆதரவாளர்கள் நேரு இருந்ததைப் போல பிரதம ராக இருக்கும் இந்திராவே கட்சியின் தலைவராகவும் இருக்க வேண்டும் என்று கூறி வந்தனர்.

இந்திரா இரு பதவிகளையும் வகிப்பதற்கு மொரார்ஜி தேசாய், ஜெகஜீவன் ராம் ஆகியோர் எதிர்ப்பு தெரிவித்தனர். முன்பு நெருக்கடியான சமயங்களில் பிரதமர்களை தேர்ந்தெடுக்க உதவிய சிண்டிகேட் குழு இந்திரா கட்சித் தலைவர் பதவிக்கு வர விரும்பினால் பிரதமர் பதவியைவிட்டு விலகவேண்டும் என கூறவும் இந்திரா கட்சி தலைவருக்கான போட்டியிலிருந்து விலகிக் கொண்டதோடு தன் ஆதரவாளரான நந்தாவைத் தலைவராக்க விரும்பினார். ஆனால்

காமராஜர்தான் அடுத்த தலைவராக மீண்டும் தேர்ந்தெடுக்கப்பட வேண்டும் என ஆரம்பத்தில் இருந்தே கூறி வந்த எஸ்.கே.பாட்டீல் நந்தாவை நிறுத்தினால் அவரை எதிர்த்துதான் போட்டியிடப் போவதாக அறிவித்தார். ஒரு முடிவின்றி கட்சித் தலைவரை தேர்ந்தெடுப்பதற்கான யோசனைகள் நடைபெற்றுக் கொண்டிருக்கும் போதே வேறு வேலையாக டெல்லிக்கு வந்திருந்த மைசூர் முதல்வரும் காமராஜரின் நெருங்கிய நண்பருமான நிஜலிங்கப்பாவை அழைத்து கட்சியின் தலைவராவதற்கு அவருடைய சம்மதத்தை இந்திரா கேட்க அவரோ காமராஜரை கேட்கவேண்டும் என சொல்லிவிட்டார்.

ஆனால் அதற்கடுத்த நாள் காலையில் நிஜலிங்கப்பா அகில இந்திய காங்கிரஸ் கட்சித் தலைவராக தேர்ந்தெடுக்கப்பட்டிருப்பதாக பத்திரிக்கைகளில் செய்தி வெளியானது. தனக்கும், காமராஜருக்கும் இருக்கும் நெருக்கத்தைக் கெடுக்கும் வகையில் அந்தச் செய்தி திடீரென வெளியானதைக் கண்ட நிஜலிங்கப்பா காமராஜரை சந்தித்து விளக்கம் கூறினார். காமராஜரோ இதில் தனக்கு எந்த ஆட்சேபணையும் இல்லை என கூறியதோடு நிஜலிங்கப்பா என் கேண்டிடேட் என்று பத்திரிக் கைகளுக்கு அறிக்கை அளித்தார்.

காமராஜருக்கும் இந்திராவுக்குமிடையே இருந்த கருத்து வேறுபாடுகள் 1969 ல் பெங்களூரில் கூடிய காங்கிரஸ் காரியக் கமிட்டி கூட்டத்தில் பெரிய அளவில் வெளிப்பட ஆரம்பித்து விரிசலாக மாறியது. அக்கூட்டத்தில் அடுத்து யாரை ஜனாதிபதியாக்குவது என்பதை முடிவு செய்ய திட்டமிடப்பட்டிருந்தது. சஞ்சீவரெட்டியா? ஜெகஜீவன்ராமா? என்ற போட்டியில் தான் ஆதரித்த ஜெகஜீவன்ராமுக்கு எதிராக சஞ்சீவ ரெட்டிக்கு முக்கியத் தலைவர்கள் பலரும் ஆதரவு அளித்ததில் இந்தி ராவுக்கு அவர்கள் மேல் கடும் கோபமிருந்தது. இதனால் முதல் நாள் கூட்டத்துக்கு வராத இந்திரா அக்கூட்டத்தில் விவாதிப்பதற்காக நாட்டில் உள்ள சில முக்கிய வங்கிகளை நாட்டுடைமையாக்க வேண்டும் என்ற குறிப்பையும், நிலச்சீர்திருத்தம் செய்வது பற்றிய குறிப்பையும் அனுப்பி இருந்தார். அப்போதைய துணை பிரதமராகவும், நிதியமைச்சராகவும் இருந்த மொரார்ஜி தேசாய் வங்கிகளை நாட்டு டைமையாக்குவதால் உருவாகும் விளைவுகளுக்கு நான் பொறுப் பேற்க முடியாது என கூறி அதற்குக் கடும் எதிர்ப்பு தெரிவித்தார். அகில இந்திய காங்கிரஸின் தலைவராக இருந்த நிஜலிங்கப்பா, எஸ்.கே. பாட்டீல் ஆகியோரும் இதே கருத்தைக் கொண்டிருந்தனர்.

இதற்கிடையில் சஞ்சீவரெட்டியை காங்கிரஸ் பார்லிமெண்ட் கமிட்டி ஜனாதிபதியாகத் தேர்வு செய்திருப்பதை அறிந்த இந்திரா தன்னைக் கட்சியில் நிலைப்படுத்திக் கொள்வதற்காக மொரார்ஜி தேசாயை

நிதியமைச்சர் பதவியிலிருந்து நீக்கினார். அதோடு திருப்தியடையாமல் தனது எண்ணத்துக்கு எதிராகச் செயல்பட்டவர்களை எதிர்க்கும் முறையில் கடுமையாக நடந்து கொண்டதால் மொரார்ஜி தேசாய் தன் பதவியை ராஜினாமா செய்தார். இந்திராவை இவ்வளவு முயன்று கொண்டு வந்தோமே, இப்படி நடந்துகொள்கிறாரே என அப்போது காமராஜர் வருத்தப்பட்டார். இந்த நிகழ்வு பற்றி எழுத்தாளர் சாவி பின்னொரு சமயம் காமராஜரிடம் கேட்டபோது 'நேருவின் மகளாச்சே. அவரோடு இருந்து வந்ததால் இந்த நாட்டு அரசியலை நல்லா கவனிச்சுப் பக்குவப்பட்டிருப்பாங்க. நாட்டை நல்ல முறையில் ஆட்சி செய்வாங்கன்னு நினைச்சேன். அதற்கேற்ற திறமையும், மனப் பக்குவமும் இருக்கும்னு நினைச்சு அவங்களை கொண்டு வந்தேன். இப்படி ஆகும்னு கண்டேனா?' என்று விரக்தியாக குறிப்பிட்டார்.

இந்திரா பதினான்கு வங்கிகளை நாட்டுடைமையாக்கி ஜனாதிபதியின் அவசர சட்டத்தைப் பிறப்பித்தார். இதையடுத்து கட்சி தலைமைக்கும், இந்திராவின் ஆட்சி தலைமைக்கும் மேலும் மோதல்கள் உருவானது. காங்கிரஸ் பார்லிமெண்ட் உறுப்பினர்கள் இரண்டாகப் பிரிந்தனர். இந்தச் சூழலில் நடந்த ஜனாதிபதி தேர்தலில் இந்திராவின் ஆதரவோடு வி.வி.கிரி ஜனாதிபதியாகத் தேர்ந்தெடுக்கப்பட்டார்.

வலது, இடது என காங்கிரஸ் கட்சிக்குள் ஏற்பட்ட பிளவில் காமராஜர் சிண்டிகேட் குழுவின் ஸ்தாபன காங்கிரஸ் பக்கம் நின்றார். இதன் எதிரொலியாக கட்சி பல மாநிலங்களில் சீர்குலைந்து ஆட்சியை இழந்தது. காங்கிரஸ் இரண்டாக உடைந்த பின் 1971 ல் நடந்த தேர்தலில் தமிழ்நாட்டில் இந்திரா காங்கிரஸுடன் திராவிட முன்னேற்றக் கழகம் கூட்டணி அமைத்துப் போட்டியிட்டது. காமராஜரின் ஸ்தாபன காங் கிரஸ் ராஜாஜியின் சுதந்திரா கட்சியுடன் கூட்டணி அமைத்துப் போட்டி யிட்டது. மொத்தம் 234 தொகுதிகளுக்கு நடந்த தேர்தலில் ஸ்தாபன காங் கிரஸ் வெறும் பதினைந்து இடங்களில் மட்டுமே வெற்றி பெற்றது. அதன்பின் ஸ்தாபன காங்கிரஸுக்கு தன்னால் புத்துயிர் அளிக்க முடியும் என்ற நம்பிக்கை காமராஜருக்குக் குறைய ஆரம்பித்தது.

எதிர்க்கட்சிகளுடன் கூட்டணி சேர்ந்து தேர்தலை சந்திப்பதும், தேர்தல் முடிந்ததும் அவர்களை விட்டுப் பிரிவதும் காங்கிரஸின் மீதான நிலைத் தன்மையைக் கேள்விக்குறியாக்கியது. நேரு, சாஸ்திரியால் கட்டிக் காக்கப்பட்ட பாரம்பரியமிக்க கட்சி இப்படியாகிவிட்டதை நினைத்து காமராஜர் மிகவும் வருத்தம் கொண்டார். மற்ற கட்சிகளுடன் கூட்டணி வைப்பதற்குப் பதிலாக இந்திரா காங்கிரஸுடன் உடன்பாடு செய்து கொண்டு தேர்தலில் போட்டியிடலாம் என ஸ்தாபன காங்கிரஸில் எடுக் கப்பட்ட முடிவையடுத்து 1974ல் இந்திரா, ஸ்தாபன காங்கிரஸ்

இரண்டும் இணைந்து புதுவை தேர்தலில் போட்டியிட்டன. தமிழ் நாட்டில் செல்வாக்குடன் இருந்த காமராஜரின் கீழ் இயங்கிய ஸ்தாபன காங்கிரசோடு மட்டுமே இந்திரா தன் தலைமையிலான காங்கிரஸை இணைக்க விரும்பினார். மற்ற மாநிலங்களில் பிரிந்து சென்றவர்களைத் தன்னோடு இணைத்துக்கொள்ள அவர் விரும்பவில்லை.

இந்திரா நாடாளுமன்றத்துக்குத் தேர்வானது குறித்து அவரை எதிர்த்துப் போட்டியிட்ட ராஜ்நாராயணன் தொடர்ந்த வழக்கில் 1975 ம் ஆண்டு ஜூன் 12ம் தேதி அலகாபாத் உயர் நீதிமன்றம் இந்திரா தேர்ந்தெடுக்கப் பட்டது செல்லாது என தீர்ப்பு வழங்கியது. அதையடுத்து அவர் பதவி விலகவேண்டும் என ஜெயப்பிரகாஷ் நாராயணன் கோரிக்கை எழுப்ப அதற்கு இந்திரா மறுத்தார். உச்ச நீதிமன்றத்தில் மேல்முறையீடு செய்ய தனக்கு உரிமையுண்டு எனக்கூறி பிரதமர் பதவியில் தொடர்ந்து இருக்கப் போவதாக அறிவித்தார். இதனால் ஜெயப்பிரகாஷ் நாராயணன் முழுப் புரட்சி என்ற பெயரில் போராட்டத்தைத் தொடங்கினார். அந்தப் போராட்டத்துக்கு வடமாநிலங்களில் பெரும் ஆதரவு இருந்தது. மாண வர்கள், அரசாங்க ஊழியர்கள், ராணுவத்தினர் யாவரும் தங்கள் பணிகளைப் புறக்கணிக்கவேண்டுமென அவர் விடுத்த அழைப்பை ஏற்று மாணவர்கள் பள்ளி, கல்லூரிகளைப் புறக்கணித்தனர். அவரு டைய தலைமையில் டெல்லியில் பேரணி நடைபெற்றது. போலீஸ் தடியடி, துப்பாக்கிச் சூடுகள் என எல்லாப் பக்கங்களிலும் பதட்டமான சூழல் உருவானதால் போராட்டம் இன்னும் தீவிரமடைந்து கலவ ரங்கள் உருவாயின.

இதனால் ஜெயப்பிரகாஷ் நாராயணன், மொரார்ஜி தேசாய் உள்ளிட்ட மூத்தத் தலைவர்களையும், தனக்கு எதிராகக் கட்சிக்குள் செயல்பட்ட தலைவர்களையும், இவர்களுக்கு ஆதரவாக இருந்த எதிர்க்கட்சித் தலைவர்களையும் இந்திரா கைது செய்து சிறையிலடைத்தார். காமராஜர் உள்ளம் கலங்கினார். தலைவர்கள் பலரின் கைதால் நாடு முழுவதும் போராட்டங்கள் வெடிக்க ஆரம்பித்தது. நிலைமையைச் சமாளிக்க நெருக்கடி நிலையை இந்திரா பிரகடனப்படுத்தினார். அரசியல் சட்டத் திருத்தம் மூலமாக மாநில அரசுகளின் அதிகாரங்களைக் குறைத்ததோடு நீதித்துறையின் சுதந்தரத்தையும் முடக்கினார். இந்த மக்கள் விரோதப் போக்கைக் கண்டு காமராஜர் மிகவும் துயரமடைந்தார்.

21

மறைந்த வெளிச்சம்

1975ம் ஆண்டின் தொடக்கத்தில் இருந்தே காமராஜரின் உடல்நிலை பாதிப்படையத் தொடங்கியிருந்தது. சர்க்கரை நோயும், ரத்தக் கொதிப்பும் முன்பே இருந்துவந்த நிலையில் அடிக்கடி காய்ச்சலும் வந்து போனது. ஜுலை மாதத் தொடக்கத்தில் முன்பைவிட சுகவீன மாக உணர்ந்த காமராஜர் பொது நிகழ்ச்சிகளில் கலந்து கொள்வதை வெகுவாக குறைத்துக்கொண்டார். அதனால் அம்மாதம் இரண்டாம் தேதி நடந்த தமிழ்நாடு காங்கிரஸ் கமிட்டி நிர்வாகிகள் கூட்டத்தில்கூட அவர் கலந்து கொள்ளவில்லை. கால்வலி காரணமாக நடப்பதில் சிரமமிருந்ததால் அவரைப் பூரண ஓய்வில் இருக்கும்படி மருத்துவர்கள் அறிவுறுத்தினர். ஜுலை 15 அன்று தனது பிறந்தநாளை மிகவும் எளிமையாகக் கொண்டாடினார்.

அக்டோபர் மாதம் முதல் நாள் நடிகர் சிவாஜி கணேசனின் பிறந்தநாள். அன்று காலை ஒன்பது மணிக்கு எழுந்து குளித்து முடித்ததும் மருத்துவர் ஜெயராமன் வழக்கமாகச் செய்யும் பரிசோதனையை முடிந்தபின் தன்னைச் சந்திக்க வந்திருந்த தமிழ்நாடு காங்கிரஸ் கட்சித் தலைவர் பா. ராமச்சந்திரனை அழைத்துக் கொண்டு சிவாஜி கணேசனின் வீட்டுக்குச் சென்று அவரை வாழ்த்திவிட்டு வந்தார். அங்கிருந்து கிளம்பும்போதே மிகவும் சோர்வாக இருப்பதாக உணர்ந்தவர் அன்று வேறு அலுவல்கள் ஏதும் செய்யாமல் முழு ஓய்வில் இருந்தார். மறுநாள் அக்டோபர் இரண்டு. காந்தி பிறந்தநாள். அன்றைய நாளிதழ்களை வாசித்து முடித்ததும் தன்னைச் சந்திக்க வந்திருந்த சட்டக்கல்லூரி மாணவர் களிடம் பேசிக்கொண்டிருந்தார். முன்பு இந்திராவின் தூதுவராகத் தன்னைச் சந்திக்க வந்திருந்த மரகதம் சந்திரசேகர் சொன்னதன் அடிப் படையிலும், பத்திரிக்கைகளில் வந்த செய்திகளை வைத்தும் அன்று நெருக்கடி நிலையை மீட்டுக் கொள்ளும் அறிவிப்பை இந்திரா வெளியிடுவார் என காமராஜர் எதிர்பார்த்திருந்தார். ஆனால் அப்படி எதுவும் நடக்கவில்லை. மாறாக அன்றைய தினம் ஆச்சாரியா

கிருபளானி கைது செய்யப்பட்டு சிறையிலடைக்கப்பட்டார் என்ற செய்திதான் காமராஜருக்கு கிடைத்தது.

மதிய உணவை முடித்ததும் வழக்கம்போல உறங்குவதற்காகத் தன் அறைக்கு வந்தார். அந்த அறை முழுவதும் குளிர்சாதன வசதி செய்யப் பட்டிருந்தும் காமராஜருக்குக் கடுமையாக வியர்த்தது. தனது உதவியாளர் வைரவனை கூப்பிட்டு மருத்துவருக்கு போன் போட்டு கொடுக்கச் சொன்னார். டாக்டர். ஜெயராமன் போனிலேயே சில தகவல்களை கேட்டபின் நேரில் வந்து பார்ப்பதாகச் சொன்னார். டாக்டர் வந்ததும் தன்னை எழுப்பச் சொல்லிவிட்டு நன்றாகப் படுத்துக் கொண்டார். அறைக்கதவை மூடிவிட்டு வெளியேறப் போன உதவியாளர் வைரவனிடம் 'விளக்கை அணைச்சிட்டு போ' என்று கூறினார்.

தன்னை அழைத்தபோது வெளியில் சென்றிருந்த டாக்டர் சௌந்தர ராஜன் காமராஜர் வீட்டிலிருந்து அழைத்திருந்ததை அறிந்ததும் உடனே அங்கு வந்தார். காமராஜர் படுத்திருந்த அறைக்குள் நுழைந்ததும் ஐயா என்றழைத்தார். அவரிடமிருந்து எந்த அசைவுமில்லை. வழக்கமாக அவரிடமிருந்து வரும் குறட்டை ஒலியுமில்லாததால் அருகில் சென்று அவருடைய உடலை அசைத்துப் பார்த்தவருக்கு அதிர்ச்சி. நாடித் துடிப்பை சோதித்து பார்த்தவர் பெரியவர் நம்மை விட்டுப் போய் விட்டார் என்று கத்தியபடி அழ ஆரம்பித்தார். அதற்குள் அங்கு வந்த டாக்டர். ஜெயராமன் ஊசிமருந்தை நேரடியாக இதயத்துக்குள் செலுத்தி அவருடைய இதயத்தை இயங்க வைக்க முயன்றும் பலனில்லை. தன்னுடைய சமகால நண்பர்கள் இறக்கும் போதெல்லாம் உயிர் நிம்மதியாகப் பிரிய வேண்டும். உட்கார்ந்த விதமாகவே இறந்துவிட வேண்டும் என்று கூறி வந்த காமராஜரின் எண்ணப்படியே மரணமும் அவரை ஆட்கொண்டது. மதியம் 3.20 மணிக்கு காமராஜர் மறைந்த செய்தி அதிகாரபூர்வமாக அறிவிக்கப்பட்டது.

அப்போதைய தமிழக முதல்வர் கலைஞர் உடனடியாக காமராஜர் இல்லத்துக்கு வந்தார். தொண்டர்களும் மக்களும் காமராஜர் இல்லம் நோக்கி வர ஆரம்பித்தனர். கட்டுக்கடங்காத கூட்டத்தை கட்டுப்படுத்த காவல்துறையினர் மிகுந்த சிரமப்பட்டுக் கொண்டிருந்தனர். காமராஜர் இறந்தபோது அவர் உயர் பதவியில் இல்லாததால் தேனாம்பேட்டை காங்கிரஸ் மைதானத்தில் அவர் உடலை பொதுமக்களின் அஞ்சலிக்காக வைக்கவும், அங்கேயே தகனம் செய்யவும் காங்கிரஸ் கட்சித் தலை வர்கள் முடிவு செய்திருப்பதை அறிந்த கலைஞர் அரசாங்க மரியா தையுடன் அரசாங்க இடத்திலேயே தகனம் செய்யப்படும் என அறிவித்தார். உடனே காமராஜரின் உடலை ராஜாஜி மண்டபத்துக்கு

எடுத்துச் செல்ல ஏற்பாடுகளை செய்தார். மாலை ஐந்து மணியிலிருந்து மக்கள் கூட்டம் திரள ஆரம்பித்தது. சென்னை கிண்டியில் அமைந்துள்ள காந்தி மண்டபத்துக்கு அருகிலேயே இடம் தேர்வு செய்யப்பட்டு இரவோடு இரவாக அந்த இடத்தை சரிசெய்யும் பணிகள் ஆரம்பிக்கப் பட்டன. காமராஜர் இறந்த மறுநாளை விடுமுறை தினமாக அரசாங்கம் அறிவித்ததையடுத்து சென்னையை நோக்கி தமிழகத்தின் பல பகுதி களிலிருந்தும் மக்கள் வர ஆரம்பித்தனர். கட்சி கொடிகள் அரைக்கம் பத்தில் பறக்கவிடப்பட்டன.

மூவர்ணக்கொடி போர்த்தப்பட்டு மக்களின் அஞ்சலிக்காக வைக்கப் பட்டிருந்த காமராஜரின் உடல் மறுநாள் மூன்று மணியளவில் பீரங்கி வண்டியில் தகன மேடையை நோக்கி எடுத்துச்செல்லப்பட்டது. சாலையின் இருபுறங்களில் நின்றும், மரங்கள், கம்பங்களின் மேல் ஏறி நின்றும் அந்தத் தலைவனின் உடலை மக்கள் கண்டு கண்ணீர் வடித்து வழி அனுப்பிக் கொண்டிருந்தனர். ஊர்வலம் தகன மேடையை அடைய மூன்று மணிநேரமானது. மூன்று முறை பீரங்கிகள் முழங்க முப்படை வீரர்கள் காமராஜரின் உடலைத் தாங்கி வந்து சிதையில் வைத்தனர். சந்தனக்கட்டைகளால் அடுக்கப்பட்டிருந்த சிதையில் வைக்கப் பட்டிருந்த காமராஜரின் பூத உடலுக்கு அவருடைய தங்கையின் பேரன் கனகவேல் தீ மூட்டினார். பிரதமர், மத்திய அமைச்சர்கள், அனைத்துக் கட்சித்தலைவர்கள், தொண்டர்கள் சூழ காமராஜரின் பூத உடல் நெருப்புக்கு இரையானது.

காமராஜரின் அஸ்தி தமிழகம் முழுவதும் எடுத்துச்செல்லப்பட்டு பொது மக்கள் அஞ்சலி செலுத்த வசதி செய்யப்பட்டது. காமராஜர் எரியூட்டப் பட்ட இடத்தில் இராட்டை சின்னம் வைக்கப்பட்டு 6.04 ஏக்கர் இடத்தில் நினைவிடம் அமைக்கப்பட்டது. விருதுநகரில் அவர் பிறந்த வீடு அரசுடைமையாக்கப்பட்டது. அங்கு அவர் பயன்படுத்திய கட்டில், ஆடைகள், புத்தகங்கள் மக்கள் பார்வைக்காக வைக்கப்பட்டன. சென்னையில் அவர் தங்கியிருந்த திருமலைப்பிள்ளை வீதியிலிருந்த எட்டாம் எண் இல்லமும் நினைவு இல்லமாக மாற்றப்பட்டது. கன்னியாகுமரியில் காந்தி மண்டபத்துக்கு அருகில் காமராஜரின் நினைவு மண்டபம் அமைக்கப்பட்டு அவருடைய ஏராளமான புகைப் படங்கள் அங்கு வைக்கப்பட்டன.

1976ல் மத்திய அரசு அவருக்கு பாரத ரத்னா விருது வழங்கி கௌர வித்ததோடு அஞ்சல் தலையும் வெளியிட்டு சிறப்பு செய்தது. 1977 ல் தமிழக சட்டப்பேரவையில் குடியரசுத் தலைவர் நீலம்சஞ்சீவரெட்டி காமராஜரின் உருவப் படத்தைத் திறந்து வைத்தார். 1984 ல் காமராஜர் பிறந்த தினத்தன்று அவர் பெயரால் விருதுநகரைக் கொண்டு காமராஜர்

மாவட்டம் உருவாக்கப்பட்டது. 2004ல் இந்திய அரசு ஐந்து மற்றும் நூறு ரூபாய் நாணயங்களில் காமராஜரின் படத்தை வெளியிட்டு பெருமை செய்தது. சென்னை உள்நாட்டு விமான நிலையத்துக்கும், கடற்கரைச் சாலைக்கும், மதுரையில் தொடங்கப்பட்ட புதிய பல்கலைக்கழகத் துக்கும் காமராஜர் பெயர் சூட்டப்பட்டது. 2004ம் ஆண்டு காமராஜரின் வாழ்க்கை வரலாற்றைச் சித்தரிக்கும் திரைப்படம் வெளியானது. அதன் ஆங்கிலப் பதிப்பின் குறுந்தகடு 2007 ம் ஆண்டு வெளியானது.

2006 ல் காமராஜரின் பிறந்தநாளை கல்வி வளர்ச்சி நாளாக கொண்டாட அரசு ஆணை பிறப்பித்தது. அவருடைய பிறந்தநாள் தியாகிகள் தினமாகவும் அனுசரிக்கப்படுகிறது.

காமராஜர் விட்டுச்சென்ற சொத்து இது. வங்கி கணக்கில் 125 ரூபாய், கதர் வேஷ்டி நான்கு, கதர் துண்டு நான்கு, ஒரு ஜோடி செருப்பு, ஒரு பேனா, கண் கண்ணாடி, சமையலுக்குரிய சில பாத்திரங்கள். மக்களின் நலனுக்காக, நாட்டின் மேன்மைக்காக, காந்தியடிகளின் அறவழியில் நின்று செயல்பட்ட காமராஜர் அவருடைய பிறந்தநாளிலேயே தன்னுடைய வாழ்வையும் முடித்துக்கொண்டார்.

இந்தியர்களின் அடையாளமாக, இந்தியாவைப் பிரதிபலிக்கும் ஆளுமைகளாகத் திகழ்ந்த காந்தியடிகள், நேரு, படேல் உள்ளிட்ட தலைவர்கள் காலம் தொடங்கி மத்தியிலும், மாநிலத்திலும் தன் ஆதிக் கத்தை செலுத்தி வந்த காமராஜர் நாடாளுமன்ற உறுப்பினராக மட்டும் இருந்த சமயத்தில் 'ஒரு தமிழர் இந்த நாட்டின் பிரதமராக வர முடியுமா?' என எழுத்தாளர் சாவி அவரிடம் கேட்டார். அதற்கு காமராஜர் 'முடியும். ஆனா இப்ப முடியாது. அதுக்கு சரியான சூழ்நிலை இல்லை. நான் காங்கிரஸ் தலைவரா வரக்கூடாதுன்னு இந்திரா, மொரார்ஜி இரு வருமே நினைச்சாங்க. இந்த விஷயத்தில் அவர்கள் இருவரின் மன நிலையும் ஒரே மாதிரி தான்!' என்றார். காமராஜர் கோலோச்சிய காலத்தில் அவரே இப்படிச் சொல்லும் நிலை இருந்தது என்றால் இன்றைக்கு சொல்லவே வேண்டியதில்லை!

காமராஜர் வாழ்ந்த காலத்திலேயே வடக்கு வாழ்கிறது, தெற்கு தேய்கிறது என்று ஒலிக்கத் தொடங்கிய கோஷம் அவர் காலத்துக்குப் பின் இன்று வரையிலும் ஒலித்துக்கொண்டுதான் இருக்கிறது. ஒரு தமிழர் பிரதமராவதும், தென்னகத்தில் பிறந்த ஒருவர் தலைநகரில் அமர்ந்து கட்சியையும், அதன் பிரதிநிதிகளையும் தன் விரலசைவில் வைத்திருப்பதும் காமராஜருக்குப் பின் எந்தத் தலைவருக்கும் சாத்திய மாகவில்லை.

வாழ்க்கைக் குறிப்பு

1903 – விருதுபட்டி என்ற விருதுநகரில் குமரசாமி – சிவகாமி
அம்மாள் தம்பதிக்கு மகனாக காமராஜர் பிறந்தார்

1908 – திண்ணைப் பள்ளிக்கூடத்திலும், ஏனாதி நாயனார்
வித்யாசாலா, சத்திரிய வித்யாசாலாவிலும் பள்ளிப் படிப்பு

1909 – தந்தை மறைவு

1919 – காங்கிரஸில் முழு நேர ஊழியர்

1920 – ஒத்துழையாமை இயக்கத்தில் பங்கேற்பு

1923 – மதுரை கள்ளுக்கடை மறியல், நாகபுரி கொடிப்போராட்டம்
ஆகியவற்றில் பங்கேற்பு

1924 – வைக்கம் போராட்டத்தில் பங்கேற்பு

1925 – தமிழ்நாடு காங்கிரஸ் கமிட்டி உறுப்பினர்

1930 – உப்பு சத்தியாகிரகத்தில் பங்கேற்பு. இரண்டாண்டு சிறை
தண்டனை

1930 – ராமநாதபுரம் மாவட்ட காங்கிரஸ் கமிட்டி உறுப்பினர்

1931 – சென்னை மாகாண காங்கிரஸ் கமிட்டி மற்றும் காரியக் கமிட்டி
உறுப்பினர்

1936 – தமிழ்நாடு காங்கிரஸ் கமிட்டி செயலாளர்

1937 – சாத்தூர் தொகுதி சட்டமன்ற உறுப்பினர்

1940 – தமிழ்நாடு காங்கிரஸ் கட்சித் தலைவர்

1941 – யுத்த நிதிக்கு எதிரான பிரசாரம். வேலூர் சிறையில் அடைப்பு

1942 – ஆகஸ்ட் புரட்சியில் பங்கேற்பு. அமராவதி, வேலூரில்
சிறையடைப்பு

1945 – அகில இந்திய காங்கிரசின் பார்லிமெண்டரி போர்டு
உறுப்பினர்

1946 – இரண்டாவது முறையாக தமிழ்நாடு காங்கிரஸ் கட்சி

தலைவராக தேர்வு

1948 – மூன்றாவது முறையாக தமிழ்நாடு காங்கிரஸ் கட்சித் தலைவராக தேர்வு

1949 – அகில இந்திய காங்கிரஸ் காரியக் கமிட்டியில் உறுப்பினர். இலங்கை சுற்றுப்பயணம்

1950 - நான்காவது முறையாக தமிழ்நாடு காங்கிரஸ் கட்சித் தலைவராக தேர்வு

1952 – ஸ்ரீவில்லிபுத்தூர் தொகுதி நாடாளுமன்ற உறுப்பினராகத் தேர்வு

1953 – மலாய் சுற்றுப்பயணம்

1954 – சட்டசபை காங்கிரஸ் கட்சித் தலைவராக தேர்வு. சென்னை மாநிலத்தின் முதல்வர். குடியாத்தம் இடைத்தேர்தலில் வெற்றி

1955 – ஆவடி காங்கிரஸ் மாநாடு

1957 – விருதுநகர் சட்டமன்ற உறுப்பினராகத் தேர்வு. இரண்டாவது முறையாக முதல்வர்

1962 – மூன்றாவது முறையாக முதல்வர்

1963 – கே பிளான்படி முதல்வர் பதவியை ராஜினாமா செய்துவிட்டு கட்சிப் பணிக்கு திரும்புதல். அகில இந்திய காங்கிரஸ் கட்சித் தலைவராக தேர்வு

1966 – சோவியத் ரஷ்யா சுற்றுப்பயணம்

1967 – பொதுத்தேர்தலில் தோல்வி

1969 – நாகர்கோவில் நாடாளுமன்ற உறுப்பினராகத் தேர்வு

1971 – நாகர்கோவில் நாடாளுமன்ற உறுப்பினராக மீண்டும் தேர்வு

1975 – மறைவு

ஆதாரம்

1. சிவகாமியின் செல்வன் தியாகச் செம்மல் காமராஜ் – சாவி – நர்மதா பதிப்பகம். சென்னை

2. காமராஜர் ஆட்சி – ஏ.கோபண்ணா – சூர்யா பப்ளிகேஷன்ஸ். சென்னை

3. கர்மவீரர் காமராஜர் – ஈசாந்திமங்கலம் முருகேசன் – ராமையா பதிப்பகம். சென்னை

4. கல்வித் தந்தை காமராஜர் – முனைவர்.பாலசுப்பிரமணியன் – நியூ செஞ்சுரி புக்ஹவுஸ், சென்னை

5. மக்கள் தலைவர் காமராஜர் – சுந்தரபுத்தன் – தோழமை வெளியீடு. சென்னை

6. பெருந்தலைவர் காமராஜர் – எஸ்.கே.முருகன் – விகடன் பிரசுரம். சென்னை

7. நெஞ்சுக்கு நீதி இரண்டாம் பாகம் – கலைஞர்.கருணாநிதி – திருமகள் நிலையம். சென்னை

8. காமராஜை சந்தித்தேன் – சோ – அல்லயன்ஸ் பதிப்பகம். சென்னை

9. காமராஜர் வாழ்க்கையும் ஆட்சியும் – ஜி.பாலன் – வானதி பதிப்பகம் – சென்னை

10. நல்லாட்சி தந்த நாயகன் காமராஜ் (முதல் பாகம்) – குமரிஅனந்தன் – திருவரசு புத்தக நிலையம். சென்னை

11. நாட்டிற்கு உழைத்த தலைவர்கள் – இர.செங்கல்வராயன் – அறிவுப்பதிப்பகம் – சென்னை.

12. காமராஜரும், கண்ணதாசனும் – தமிழருவி மணியன் – கற்பகம் புத்தகலாயம். சென்னை

13. காமராஜர் – தமிழ் விக்கிபீடியா

14. நேரு – இந்திரா – அண்ணா – ஜீவா – ராஜாஜி வாழ்க்கை வரலாற்றுக் கட்டுரைகள்.

15. நெல்லைக் கண்ணனின் காமராஜர் பற்றிய பேச்சு

16. தினமணி – மாலைமலர் கட்டுரைகள்
